外国人介護士のための声かけとコミュニケーションの日本語

Vol.1
あいさつ
移乗・移動の介助
食事の介助

Dialogue and Communication for Foreign Care Workers
Hội thoại và giao tiếp tiếng Nhật dành cho hộ lý người nước ngoài

アークアカデミー 編著

城西国際大学福祉総合学部客員教授
松下 やえ子 監修

三修社

はじめに　Introduction / Lời nói đầu

本書は、介護の声かけとコミュニケーションを学ぶ本です。日本の施設で就労するにあたって、介助場面で使われる声かけ表現やコミュニケーションに役立つ表現をまとめました。介護の現場で働く外国人が、基本的な声かけを理解し、利用者や同僚、先輩と運用できるようになることを目的としています。

本書では、非漢字圏の方も学びやすいように、漢字にはすべてルビを振りました。少しでも漢字を目にする機会を増やすために、漢字の下にルビを振っています。また、英語とベトナム語の訳をつけましたので、プレッシャーを感じることなく学ぶことができるでしょう。

介護に携わる外国人の就労に役立つことを執筆者一同心から願っています。

2019年1月　アークアカデミー

This book is designed to teach dialogues and communication used in nursing care. The common dialogues in care scenes and the useful phrases for communication are described. The aim of this book is to help foreign workers who work in the nursing care settings to understand the basic dialogues and operate the tasks for users with their colleagues.

In this book, all the kanji characters are accompanied by kana reading to help people not familiar to kanji. Kana is written under kanji to highlight kanji rather than kana. In addition, English and Vietnamese translations are provided to make you feel less pressure while learning.

We sincerely hope that this book will help the foreigners who work in the nursing care settings.

January 2019 Arc Academy

Đây là giáo trình dành cho việc học tập cách thăm hỏi, giải thích, trò chuyện trong lĩnh vực chăm sóc, điều dưỡng. Chúng tôi đã tổng hợp những câu nói cần dùng khi chăm sóc, hỗ trợ người sử dụng dịch vụ và những câu nói có vai trò quan trọng trong quá trình giao tiếp khi làm việc tại các cơ sở chăm sóc, điều dưỡng của Nhật Bản. Mục tiêu của giáo trình là giúp cho người nước ngoài làm việc thực tế tại cơ sở chăm sóc có thể lý giải và áp dụng thành thạo những câu nói cơ bản nhất vào việc giao tiếp với người sử dụng dịch vụ, đồng nghiệp và tiền bối của mình tại cơ sở.

Nhằm giúp cho bạn đọc tại các vùng quốc gia không sử dụng chữ Hán cũng có thể học tập một cách dễ dàng, đồng thời tăng cơ hội được tiếp xúc với chữ Hán, bên dưới mỗi chữ Hán đều được viết phiên âm cách đọc bằng chữ Hiragana. Ngoài ra, giáo trình có kèm bản dịch tiếng Anh và tiếng Việt, sẽ giúp bạn đọc học tập một cách thoải mái, mà không cảm thấy căng thẳng, mệt mỏi.

Tập thể người biên soạn sách hy vọng sẽ mang đến một cuốn giáo trình hữu ích cho những ai là người nước ngoài đang làm việc trong lĩnh vực chăm sóc, điều dưỡng tại Nhật Bản.

ARC ACADEMY Tháng 1 năm 2019

本書の特徴 Features of this book / Đặc trưng của giáo trình

- 本書には「あいさつ」「移乗・移動の介助」「食事の介助」の声かけ表現が掲載されています。
- 介助の知識も確認できるように、「Point」にて解説をしています。
- 介護用品や声かけ時の介護士の行動をイラストで示すことで、介助場面をイメージしやすくしています。
- 単なる声かけにとどまることなく、コミュニケーションを広げるストラテジーとしての役立つフレーズも紹介してあります。
- 各声かけの中で、利用者の状況設定をしました。実践をより意識した練習ができるでしょう。
- 自学自習できるように音声をつけましたので、正しい発音を確認することができます。
- 本書は、毎日学習を続けると、2週間で修了することができます。学習時間を十分に取れない場合には1週間に2～3回の学習を継続すれば、約3ヵ月で学ぶことができるでしょう。
- 学習項目ごとに目次に日付け欄を、各章の最後に、到達度チェック欄を作りました。自律学習に役立ててください。

This book describes some common phrases and dialogues in "greetings", "transfer assistance", and "meal assistance".
"Point" gives you an explanation to review the specific care-related knowledge.
Illustrations of the care equipment and the caregiver's actions during the dialogue are provided to help you visualize the care scene.
Not only the common dialogues but also the useful phrases are introduced to expand communication.
The user's specific situation is described for each dialogue. You will be able to practice more practically.
Audio is provided for self-learning. You can also check the correct pronunciation with the audio.
This book can be completed in 2 weeks if you study every day. If you do not have enough time, it can be completed in about 3 months by studying 2 to 3 times per week.
The table of contents includes a date column so you can plan a study schedule, and a list to check your progress in each topic at the end of each section. Use these to organize your learning.

Giáo trình bao gồm nội dung là "những câu chào hỏi", "câu nói thường dùng khi hỗ trợ di chuyển sang xe lăn, hoặc hỗ trợ đi lại", "câu nói thường dùng khi hỗ trợ ăn uống".
Phần giải thích chi tiết sẽ được ghi lại trong mục "Point (những điểm cần lưu ý)", nhằm giúp bạn đọc có thể xác nhận được cả những kiến thức về chuyên ngành chăm sóc, điều dưỡng.
Giáo trình có kèm theo hình ảnh minh họa về dụng cụ hỗ trợ và động tác của hộ lý viên khi hỏi han, giải thích hoặc trò chuyện với người sử dụng dịch vụ, giúp bạn đọc có thể dễ dàng hình dung về các trường hợp cần hỗ trợ hơn.
Không chỉ dừng lại ở việc đưa ra những cách nói đơn giản khi hỏi han, giải thích, giáo trình cũng sẽ giới thiệu đến bạn đọc những cụm từ, câu nói như là một chiến lược giúp mở rộng sự giao tiếp với người sử dụng dịch vụ.
Trong mỗi phần nội dung học tập, chúng tôi đều đưa ra những tình huống cụ thể về tình trạng của người sử dụng dịch vụ. Bằng cách như vậy, chúng tôi tin rằng bạn đọc có thể thực hành hội thoại với hình dung rõ hơn về các tình huống thực tế sẽ xảy ra.
Giáo trình cũng kèm theo phần ghi âm, giúp bạn đọc có thể xác nhận phát âm chính xác trong quá trình tự học.
Nếu duy trì học hàng ngày, trong vòng hai tuần, bạn đọc có thể hoàn thành được cuốn giáo trình này. Trong trường hợp không có đủ thời gian để học tập, nếu bạn đọc duy trì học 2, 3 lần một tuần, sẽ hoàn thành được chương trình học trong khoảng 3 tháng.
Trong phần mục lục, bạn đọc có thể nhìn thấy cột ghi ngày tháng trước mỗi đề mục nội dung học tập, và ở cuối mỗi chương, đều có cột kiểm tra mức độ hiểu bài. Bạn đọc hãy tận dụng tốt những phần này trong quá trình tự học của mình.

本書の構成と使い方

考えましょう

各章のテーマについて考える活動を導入として行います。考えたことは余白に書きこんでみましょう。自分で考えイメージすることで、学習のモチベーションをあげることができます。そのあと、具体的な学習に入ります。

ことば

イラストをみて、そのテーマにまつわる語彙を確認します。
英語、ベトナム語訳もついていますので、意味を確実に理解して身につけましょう。

フレーズ

声かけによく使われる動詞、副詞を取りあげ、フレーズとして確認します。
共起する助詞も一緒に覚えることで、運用力を高めることができます。

声かけ

声かけの表現を学習します。まずは利用者さんの状況を確認しましょう。
介護士の行動、イラスト、声かけが一緒に確認できる作りになっています。
まず介護士の行動をことばとイラストで確認し、その後声かけの表現を会話形式で学習します。練習の後は、周りの方との会話練習などもお勧めします。
最終的には、行動と声かけを同時に行ってみましょう。
また、音声を聞いて、正しい発音を確認しましょう。

本文で 🔊 が表示されているところは音声（MP3）があります。
音声データは、
https://www.sanshusha.co.jp/np/onsei/isbn/9784384059250/
からダウンロードおよびストリーミング再生ができます（無料）。

Point

声かけの意味、介助で気をつけること等、大切なことを「Point」で確認します。
章によっては、就労に役立つコラムもありますから読んでおきましょう。

タスク　（※2章以降）

1章にあるほめる言葉、お礼の言葉を適宜加えて、もう一度声かけの練習をしてみましょう。
また、「～てくださいね」「～ね」など、少しカジュアルな言葉でも練習してみましょう。

到達度チェック

各章末に到達度チェック欄があります。何ができるようになったか、学習者が自らチェックできるように、介護のcan-do statementの形にしてあります。この到達度チェックは、各章の目標でもありますので、声かけの学習が終わった後に、目標に到達できたか確認をしましょう。独学の場合も授業で取り扱う場合も、定着度確認等に役立ててください。

わたしだけのことばとフレーズ

自分にとって必要なことばやフレーズをメモしておくページです。自分が実際に担当している利用者さんの状況を考えて、声かけをアレンジしてみてもいいでしょう。

～介護する方の呼称について～
介護する方の呼び方は、介護福祉士・介護士・介護職員・介助者・ケアワーカー・ケアスタッフ、など様々な呼び方があります。
本書では、登場人物紹介と、声かけの行動を表す部分では、介護に携わる外国人の総称として「介護士」を使用しました。
各章の Point では、幅広く介護に携わる方を意味する「介助者」という言葉を使用しました。

How to use this book

Let's think

As an introduction, you will think about the theme of each chapter. Please write down your thoughts in the margin. Thinking and visualizing the situation will raise your motivation to learn. After that, you will learn the specific contents.

Vocabulary

You will check the theme-related vocabulary with illustrations.
English and Vietnamese translations are provided to understand the definite meaning.

Phrases

You will check the verbs and adverbs often used in the dialogue as a phrase.
You will be able to improve usability by memorizing the co-occurring particles at the same time.

Dialogues

You will learn dialogue expressions. Check the user's situation first.
The care worker's actions, the illustrations, and the dialogues can be checked together.
After understanding the care worker's actions with the vocabulary and illustrations, you will learn and practice the dialogue. Further conversation practice with the person around you is also recommended.
Lastly, you will practice the actions and the dialogues at the same time.
You may also listen to the audio and check the correct pronunciation.

Audio files (MP3) are available where the following icon is shown: 🔊 .
Files can be downloaded or streamed from
https://www.sanshusha.co.jp/np/onsei/isbn/9784384059250/ (Free)

Point

You will review the important points such as the significance of dialogue or the things to be careful in assistance in "Point".
Please read "Point" thoroughly since the columns in some chapters are useful in work settings.

Tasks (※ After Chapter 2)

Let's practice the dialogue with some words of praise or gratitude described in Chapter 1. You may also practice the dialogue with some casual words such as " 〜 tekudasaine" or " 〜 ne".

Achievement Check

There is an achievement check list at the end of each chapter. The list includes can-do statements related to nursing care for learners to self check what they can do at that point. The achievement check items are also the goals of each chapter. Let's see if you have achieved the goals after you learn the dialogues. Regardless of studying alone or learning in class, please use the list to check your achievement level.

My vocabulary and phrases

This page is for you to write down the words and phrases you need to remember. You may arrange the dialogue to fit in the user's situation that you are actually taking care of.

〜 How to call caregivers 〜
Caregivers are called in various terms including 介護福祉士・介護士・介護職員・介助者・ケアワーカー・ケアスタッフ. In this book, in the character introduction and the part showing the actions related to the dialogue, "介護士" is used as a general term to represent foreigners working for nursing care. In the **Point** of each chapter, "介助者", which more broadly means people involved in nursing care, is used as a general term for caregivers.

Cấu trúc và cách sử dụng giáo trình

Cùng suy nghĩ

Giáo trình đưa ra hoạt động cùng suy nghĩ về chủ đề của từng chương học, như một cách dẫn dắt vào bài học.Bạn đọc hãy cùng nhau viết những suy nghĩ của mình vào phần để trống. Tự mình suy nghĩ và hình dung trước nội dung học tập sẽ giúp cho bạn đọc nâng cao được tinh thần học tập. Sau đó, chúng ta sẽ bước vào học tập các nội dung cụ thể.

Từ vựng

Bạn đọc hãy xác nhận từ vựng xung quanh chủ đề được đưa ra dựa vào hình ảnh minh họa. Giáo trình có kèm theo bản dịch tiếng Anh và tiếng Việt, do vậy bạn đọc hãy hiểu và ghi nhớ một cách chính xác ý nghĩa của từ vựng.

Cụm từ

Giáo trình đưa ra các động từ, phó từ thường dùng khi giao tiếp với người sử dụng dịch vụ, và xác nhận cách sử dụng của các từ vựng này thông qua các cụm từ.
Bằng việc nhớ từ vựng kèm theo các trợ từ liên quan, sẽ giúp bạn đọc có thể nâng cao khả năng ứng dụng cụm từ vào thực tế.

Hỏi han, giải thích, trò chuyện

Bạn đọc sẽ được học các câu nói dùng để hỏi han, giải thích, trò chuyện. Trước tiên, hãy cùng xác nhận tình trạng của người sử dụng dịch vụ.
Nội dung giáo trình được sắp xếp giúp bạn đọc có thể xác nhận cùng lúc động tác của hộ lý viên, hình ảnh liên quan và các câu nói sẽ được sử dụng trong trường hợp đó.
Trước tiên, bạn đọc cần xác nhận động tác của hộ lý viên qua hình ảnh và từ vựng, sau đó sẽ học tập những câu nói cần dùng thông qua hình thức các đoạn hội thoại. Sau khi luyện tập, chúng tôi khuyến khích bạn đọc nên luyện tập hội thoại với những người xunh quanh.
Cuối cùng, hãy thử thực hiện kết hợp đồng thời cả lời nói và động tác đã học.
Ngoài ra, bạn đọc cũng cần xác nhận cách phát âm chính xác thông qua phần ghi âm của giáo trình.

Những phần có ký hiệu 🔊 là những phần có kèm file nghe MP3.
Bạn đọc có thể tải xuống hoặc nghe trực tuyến tại trang web
https://www.sanshusha.co.jp/np/onsei/isbn/9784384059250/ (Miễn phí)

Point (Những điểm cần lưu ý)

Những điểm quan trọng như ý nghĩa của các cách nói, hay điểm cần chú ý trong quá trình hỗ trợ sẽ được xác nhận trong phần "Point (Những điểm cần lưu ý)".

Tùy vào từng chương học, sẽ có phần nội dung bổ sung cuối chương, giúp ích cho công việc thực tế, do vậy bạn đọc cũng cần đọc trước các phần này.

Bài tập thực hành (※ Từ chương 2 trở đi)

Với những câu nói dùng khi khen ngợi, cảm ơn xuất hiện trong chương 1, bạn đọc có thể tùy ý thêm vào các đoạn hội thoại với người sử dụng dịch vụ và luyện tập lại thêm một lần nữa. Ngoài ra, bạn đọc hãy thử luyện tập cả những từ ngữ thể hiện sự thân mật, gần gũi như "～てくださいね (hãy .... nhé!)", "～ね (~ nhỉ!)".

Kiểm tra mức độ hiểu bài

Cuối mỗi chương đều có cột kiểm tra mức độ hiểu bài. Đây là phần được thiết kế với hình thức một bảng tự đánh giá khả năng (can - do statements) trong lĩnh vực chăm sóc, điều dưỡng, nhằm giúp người học có thể tự đánh giá những gì bản thân đã làm được. Phần này cũng là mục tiêu của mỗi chương, do vậy sau khi hoàn thành việc luyện tập các đoạn hội thoại, bạn đọc hãy xác nhận xem mình đã đạt được mục tiêu hay chưa. Dù là tự học hay sử dụng giáo trình trong giờ học, bạn đọc cũng hãy tận dụng phần này vào việc xác nhận mức độ thuộc bài, hiểu bài của mình.

Từ vựng và cụm từ của tôi

Đây là trang để bạn đọc ghi lại những từ vựng và cụm từ cần thiết với bản thân mình. Bạn đọc cần xem xét tình trạng của người sử dụng dịch vụ mà thực tế mình đang phụ trách chăm sóc, và có thể điều chỉnh cách nói cho phù hợp.

Về tên gọi đối với người làm công việc chăm sóc

Có rất nhiều tên gọi đối với người làm công việc chăm sóc như "介護福祉士・介護士・介護職員・介助者・ケアワーカー・ケアスタッフ".

Trong giáo trình này, ở phần giới thiệu nhân vật và phần mô tả cách hỏi han, giải thích, trò chuyện..., chúng tôi sử dụng cách gọi "介護士", là tên gọi chung cho những ai là người nước ngoài đang làm công việc liên quan đến lĩnh vực chăm sóc.

Tuy nhiên, trong phần Point (Những điểm cần lưu ý) của mỗi chương, giáo trình sử dụng cách gọi "介助者" với ý nghĩa rộng hơn, là cách gọi chung cho tất cả những ai đang làm công việc có liên quan đến lĩnh vực chăm sóc.

目次

1章　あいさつ　　17

1 朝のあいさつ　　23
- 利用者にあいさつをするとき、「今日はいい天気ですね」など、その日の天候について簡単な言葉で話すことができる。
- 利用者にあいさつをするとき、「ゆうべはよく眠れましたか」など、健康状態を確認する声かけができる。

2 就寝前のあいさつ　　27
- 就寝前に、利用者の体調や排せつを確認するなど、簡単な言葉で声かけができる。
- 利用者のもとを離れる際、「何かありましたら、〜くださいね」など、すぐに対応できることを伝えることができる。

3 ほめる言葉・気づかいの言葉・お礼の言葉　　33
- 利用者の持ち物などを見たとき、「すてきな〜ですね」など、短い簡単な言葉でほめたり、質問したりすることができる。
- 利用者がリハビリをする際、利用者の状態をみて、ほめる言葉や気づかいの言葉などの声かけができる。
- 利用者との会話の中で、「ありがとうございます」というお礼の言葉を適切に使うことができる。

4 よく使われるフレーズ　　41
- 利用者や職員に対して、簡単な言葉で自己紹介をすることができる。
- わからない言葉があったとき、適切に聞きかえすことができる。
- 対応に困ったとき、職員を呼んだりするなど、介助者がこれからすることを伝えることができる。

▶ 到達度チェック　　48

2章　移乗・移動の介助　　51

1 仰臥位から端座位への体位変換　　57
- 体位変換の際、方法や手順について、利用者に簡単な言葉で声かけができる。
- 利用者の体調や、安定した座位を確認する声かけができる。

2 ベッドから車いすへの移乗　　63
- 移乗介助の際、方法や手順、移乗のタイミングについて、利用者に簡単な言葉で声かけができる。
- 利用者の体調や、安定した座位を確認する声かけができる。

3 車いすでの移動 ... 71

- 車いすで移動の際、車いすを押すスピードについて、利用者に簡単な言葉で声かけができる。
- 車いすで段差の上り下りをする際、方法や手順について、利用者に簡単な言葉で声かけができる。

4 杖歩行 ... 81

- 立ちあがり介助の際、方法や手順について、利用者に簡単な言葉で声かけができる。
- 杖歩行の際、杖と足を出す順番や歩くスピードなどについて、利用者に簡単な言葉で声かけができる。

▶タスク ... 92

▶到達度チェック ... 93

3章　食事の介助　95

1 食事の介助 ... 101

- 食事介助の際、献立について、利用者に簡単な言葉で声かけができる。
- 食事介助の際、最初と最後に水分をとってもらうように、利用者に簡単な言葉で声かけができる。
- 食後に、利用者の体調を確認する声かけができる。

2 服薬の介助 ... 111

- 服薬介助の際、方法や手順について、利用者に簡単な言葉で声かけができる。

3 口腔ケア ... 115

- 口腔ケアの際、方法や手順について、利用者に簡単な言葉で声かけができる。
- 手洗い、うがいの際、方法や手順について、利用者に簡単な言葉で声かけができる。

▶タスク ... 122

▶到達度チェック ... 123

■ 巻末資料

- ボディメカニクス ... 126
- クロックポジション ... 129
- 誤嚥について ... 130
- 口腔ケアの効果 ... 132

■ 索引 ... 134

Table of Contents

Chapter 1 Greetings — 17

1 Morning greetings — 23
- When you greet the user, you can talk in simple words about today's weather, such as "It's nice weather today."
- When you greet the user, you can start a dialogue to check his/her health condition, such as "Did you sleep well last night?"

2 Greetings before bedtime — 27
- Before bedtime, you can talk in simple words to check the user's physical condition and toileting needs.
- When you leave the user, you can tell him/her that you will respond immediately if necessary, such as "Please call me if you need anything."

3 Words of praise (compliments), concern, and gratitude (appreciation) — 33
- When you see the user's personal item, you can give a compliment or ask a question in simple words, such as "It is a nice ∼."
- When you assist the user's rehabilitation, you can give words of praise or words of concern depending on the user's condition.
- During conversation with the user, you can properly use the word "Thank you".

4 Phrases often used — 41
- You can introduce yourself to users and staff in simple words.
- When you don't understand the word, you can properly ask again.
- When you have difficulty in dealing with the situation, you can call staff and tell the user what you are going to do.

▶ Achievement check — 48

Chapter 2 Transfer assistance — 51

1 Posture change from supine position to sitting in upright position — 57
- When you change the user's posture, you can talk to him/her in simple words about the method and the procedure.
- You can check the user's physical condition and the stable sitting position.

2 Transfer from bed to wheelchair — 63
- When you assist the transfer, you can talk to the user in simple words about the method, the procedure, and the timing.
- You can check the user's physical condition and the stable sitting position.

3 Transfer in a wheelchair — 71
- When you assist the transfer in a wheelchair, you can talk to the user in simple words about the wheelchair speed.
- When the user goes over or down the step in a wheelchair, you can talk to the user in simple words about the method and the procedure.

4 Walking with a cane ··· 81

  ・When you assist the user to stand up, you can talk to the user in simple words about the method and the procedure.
  ・When the user walks with a cane, you can talk to the user in simple words about the order of placing the cane and the legs or the walking speed.

▶ Tasks ··· 92
▶ Achievement check ··· 93

Chapter 3 Mealtime assistance   95

1 Mealtime assistance ·· 101

  ・During mealtime assistance, you can talk to the user in simple words about the menu.
  ・During mealtime assistance, you can ask the user in simple words to drink some water or tea before and after eating.
  ・You can check the user's physical condition after meals.

2 Medicine intake assistance ·· 111

  ・When you assist medicine intake, you can talk to the user in simple words about the method and the procedure.

3 Oral care ··· 115

  ・When you assist oral care, you can talk to the user in simple words about the method and the procedure.
  ・When you assist hand wash and gargle, you can talk to the user in simple words about the method and the procedure.

▶ Tasks ··· 122
▶ Achievement check ··· 123

■ Appendix

 ・Body Mechanics ·· 126
 ・Clock Position ·· 129
 ・About aspiration (misswallowing) ·· 130
 ・Effect of oral care ·· 132

■ Index ·· 134

Mục lục

Chương 1 Chào hỏi — 17

1 Chào hỏi buổi sáng — 23
- Khi chào hỏi người sử dụng dịch vụ, bạn có thể bắt đầu bằng những câu nói đơn giản về thời tiết của ngày hôm đó, như "hôm nay trời đẹp quá ông (bà) nhỉ!"
- Khi chào hỏi người sử dụng dịch vụ, bạn có thể hỏi han nhằm xác nhận thể trạng của người sử dụng dịch vụ, như: "Tối qua ông (bà) có ngủ ngon không ạ?".

2 Chào hỏi trước giờ đi ngủ — 27
- Trước khi đi ngủ, bạn có thể sử dụng những từ ngữ đơn giản để hỏi han, xác nhận thể trạng và nhu cầu đi vệ sinh của người sử dụng dịch vụ.
- Trước khi rời xa khỏi vị trí của người sử dụng dịch vụ, bạn có thể truyền đạt cho người sử dụng dịch vụ về việc mình luôn sẵn sàng có mặt ngay lập tức nếu có vấn đề gì xảy ra, bằng cách nói như: "Nếu có chuyện gì, ông (bà) hãy ~ nhé!".

3 Những từ ngữ dùng khi khen ngợi, cảm ơn, hoặc thăm hỏi, quan tâm — 33
- Khi nhìn thấy một vật dụng cá nhân nào đó của người sử dụng dịch vụ, bạn có thể sử dụng những cách nói ngắn gọn đơn giản, để hỏi han hoặc khen ngợi, như "thật là một ... đẹp tuyệt ông (bà) nhỉ".
- Trong lúc người sử dụng dịch vụ điều trị vật lý trị liệu, bằng việc quan sát tình hình buổi điều trị, bạn có thể đưa ra lời khen ngợi, hoặc những lời thăm hỏi, quan tâm.
- Khi giao tiếp với người sử dụng dịch vụ, có thể sử dụng một cách thích hợp câu cảm ơn "ありがとうございます。"

4 Những cụm từ thông dụng — 41
- Có thể tự giới thiệu bản thân một cách đơn giản trước người sử dụng dịch vụ và nhân viên trong cơ sở.
- Khi gặp từ ngữ không hiểu rõ, có thể đưa ra câu hỏi một cách phù hợp.
- Khi gặp khó khăn trong quá trình giải quyết tình huống, có thể gọi nhân viên khác trong cơ sở, và truyền đạt cho người sử dụng dịch vụ những việc mà bạn sẽ làm bây giờ.

▶ Kiểm tra mức độ hiểu bài — 48

Chương 2 Hỗ trợ di chuyển sang xe lăn, hỗ trợ đi lại — 51

1 Thay đổi tư thế cơ thể từ tư thế nằm ngửa sang tư thế ngồi ở mép giường. — 57
- Có thể sử dụng các từ ngữ đơn giản, dễ hiểu để truyền đạt cho người sử dụng dịch vụ về phương pháp, trình tự thực hiện khi thay đổi tư thế cơ thể
- Có thể hỏi han về thể trạng của người sử dụng dịch vụ và xác nhận sự ổn định của tư thế ngồi.

2 Di chuyển từ giường sang xe lăn — 63
- Khi hỗ trợ di chuyển sang xe lăn, có thể sử dụng các từ ngữ đơn giản để truyền đạt cho người sử dụng dịch vụ về phương pháp, trình tự thực hiện và thời điểm thích hợp để thực hiện di chuyển.
- Có thể hỏi han về thể trạng của người sử dụng dịch vụ và xác nhận sự ổn định của tư thế ngồi.

3 Di chuyển bằng xe lăn — 71

☐
- Khi di chuyển bằng xe lăn, có thể sử dụng từ ngữ đơn giản để hỏi han người sử dụng dịch vụ về tốc độ đẩy xe lăn
- Có thể giải thích bằng các từ ngữ đơn giản cho người sử dụng dịch vụ về phương pháp và các bước thực hiện khi cho xe lăn lên, xuống gờ, bậc thang.

4 Đi bộ có sử dụng gậy chống — 81

☐
- Khi hỗ trợ đứng lên, có thể sử dụng các từ ngữ đơn giản để giải thích cho người sử dụng dịch vụ về phương pháp và các bước thực hiện.
- Khi đi bộ bằng gậy, có thể sử dụng các từ ngữ đơn giản để giải thích cho người sử dụng dịch vụ về trình tự chân, gậy chống, cũng như về tốc độ đi bộ.

▶ Bài tập thực hành — 92
▶ Kiểm tra mức độ hiểu bài — 93

Chương 3 Hỗ trợ ăn uống — 95

1 Hỗ trợ ăn uống — 101

☐
- Khi hỗ trợ ăn uống, có thể sử dụng từ ngữ đơn giản để giải thích cho người sử dụng dịch vụ về thực đơn.
- Khi hỗ trợ ăn uống, vào lúc bắt đầu và kết thúc bữa ăn, có thể sử dụng từ ngữ đơn giản để nhắc nhở người sử dụng dịch vụ uống đủ nước.
- Cuối bữa ăn, có thể hỏi han, xác nhận thể trạng của người sử dụng dịch vụ.

2 Hỗ trợ uống thuốc — 111

☐
- Có thể sử dụng từ ngữ đơn giản để giải thích cho người sử dụng dịch vụ về phương pháp và các bước cần thực hiện khi hỗ trợ uống thuốc.

3 Chăm sóc răng miệng — 115

☐
- Khi chăm sóc răng miệng, có thể sử dụng từ ngữ đơn giản để giải thích cho người sử dụng dịch vụ về phương pháp và các bước thực hiện.
- Có thể sử dụng từ ngữ đơn giản để giải thích cho người sử dụng dịch vụ về phương pháp và các bước thực hiện khi rửa tay, súc miệng.

▶ Bài tập thực hành — 122
▶ Kiểm tra mức độ hiểu bài — 123

■ Tài liệu tham khảo cuối sách

- Các tư thế bảo vệ cơ thể — 126
- Phương pháp xác định vị trí theo kim giờ đồng hồ — 129
- Về hiện tượng sặc — 130
- Hiệu quả của việc chăm sóc răng miệng — 132

■ Mục lục — 134

● この本に出てくる人物紹介　The characters in this book
Giới thiệu về các nhân vật xuất hiện trong giáo trình

佐藤 久子さん
女性　86歳
左片麻痺、車いす利用

Ms. Hisako Sato
Female　86 years old
Left hemiplegia, wheelchair use

Bà Satou Hisako
Nữ　86 tuổi
Liệt nửa người bên trái, có sử dụng xe lăn

松本 実さん
男性　78歳
左片麻痺、車いす利用

Mr. Minoru Matsumoto
Male　78 years old
Left hemiplegia, wheelchair use

Ông Matsumoto Minoru
Nam　78 tuổi
Liệt nửa người bên trái, có sử dụng xe lăn

井上 昇さん
男性　77歳
右腕、右足のリハビリ中

Mr. Noboru Inoue
Male　77 years old
Right arm and right leg in rehabilitation

Ông Inoue Noboru
Nam　77 tuổi
Đang điều trị phục hồi chức năng cánh tay phải và chân phải

山本 節子さん
女性　80歳
左足けが、杖を使って歩行訓練中、認知症

Ms. Setsuko Yamamoto
Female　80 years old
Left leg injury, gait training with a cane, dementia

Bà Yamamoto Setsuko
Nữ　80 tuổi
Bị thương ở chân trái, đang tập đi lại bằng gậy, mắc chứng suy giảm trí nhớ

看護師
小林 裕子さん
43歳

Nurse
Ms. Yuko Kobayashi
43 years old

Y tá
Chị Kobayashi Yuko
43 tuổi

主任介護士
高橋 恵子さん
48歳

Chief care worker
Ms. Keiko Takahashi
48 years old

Chủ nhiệm hộ lý
Chị Takahashi Keiko
48 tuổi

フィリピン人介護士
ジョンさん
25歳　男性

Care worker from Philippine
Mr. John
25 years old　Male

Hộ lý viên người Philipin
Bạn John
25 tuổi　Nam

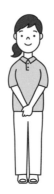

ベトナム人介護士
グエンさん
27歳　女性

Care worker from Vietnam
Ms. Nguyen
27 years old　Female

Hộ lý viên người Việt Nam
Bạn Nguyên
27 tuổi　Nữ

1 あいさつ

Greetings
Chào hỏi

考えましょう

1 施設で 利用者さんに どんな あいさつを しますか。

How do you greet a user in the facility?
Tại cơ sở chăm sóc, bạn sẽ chào hỏi người sử dụng dịch vụ như thế nào?

2 利用者さんの 部屋に 入るとき、部屋から 出るとき、なんと 言いますか。

What do you say to a user when you enter or leave his/her room?
Khi vào hoặc ra khỏi phòng của người sử dụng dịch vụ, bạn sẽ nói gì?

ことば①

介護施設
かいごしせつ

Nursing facility
Cơ sở chăm sóc, điều dưỡng

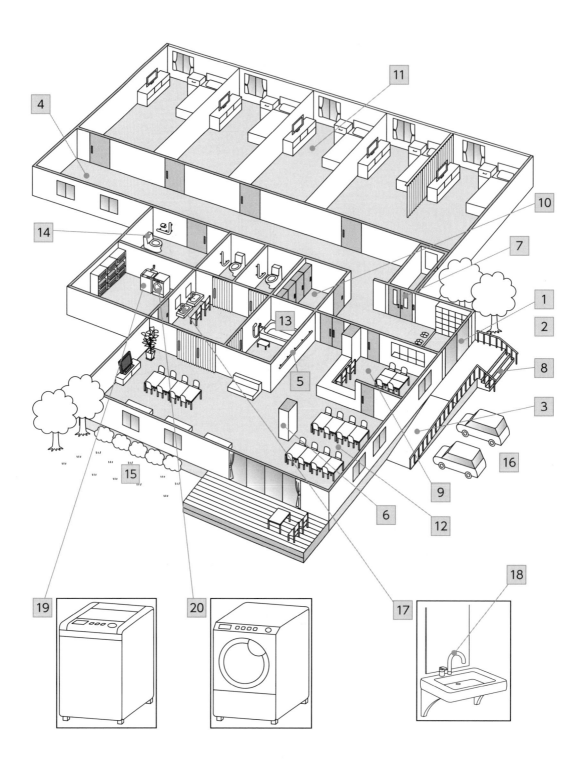

	日本語	英語	ベトナム語
1	自動ドア（じどう）	automatic door	cửa tự động
2	玄関（げんかん）	entrance	sảnh
3	スロープ	slope	dốc
4	廊下（ろうか）	corridor	hành lang
5	手すり（て）	handrail	tay vịn
6	柱（はしら）	pillar	cột
7	エレベーター	elevator	thang máy
8	階段（かいだん）	stairs	cầu thang bộ
9	事務所（じむしょ）	office	văn phòng
10	更衣室（こういしつ）	changing room	phòng thay đồ
11	居室（きょしつ）	room	phòng ở
12	食堂（しょくどう）	dining room	nhà ăn
13	浴室／風呂場（よくしつ／ふろば）	bathroom	phòng tắm
14	トイレ／お手洗い／便所（てあら／べんじょ）	toilet	nhà vệ sinh
15	庭（にわ）	garden	vườn
16	駐車場（ちゅうしゃじょう）	parking lot	bãi đỗ xe
17	洗面台（せんめんだい）	sink	bồn rửa mặt
18	水道（すいどう）	waterline	nước máy
19	洗濯機（せんたくき）	washing machine	máy giặt
20	乾燥機（かんそうき）	dryer	máy sấy quần áo

ことば②

ベッドまわり
Around the bed
Khu vực quanh giường ngủ

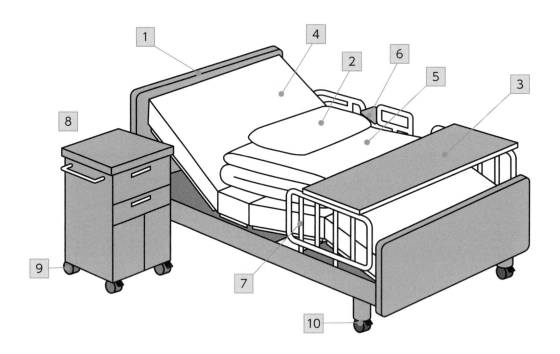

居室
きょ　しつ
Living room
Phòng ở

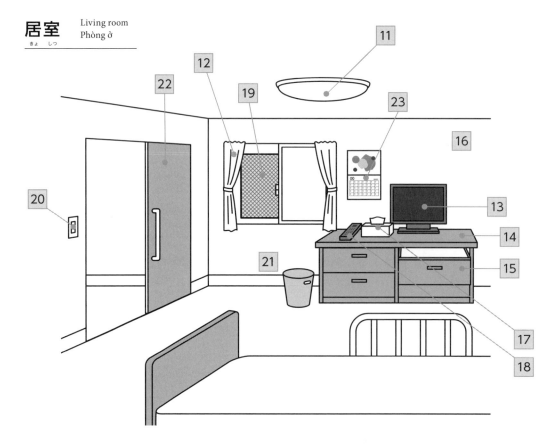

	日本語	英語	ベトナム語
1	ベッド	bed	giường ngủ
2	枕(まくら)	pillow	gối
3	オーバーテーブル	overtable	bàn ăn đi kèm với giường
4	マットレス	mattress	đệm
5	掛け布団(かけぶとん)	comforter	chăn
6	スイングバー／介助バー(かいじょ)	pivot rail/care bed rail	tay vịn (được gắn vào giường, giúp người sử dụng dịch vụ có thể vịn tay vào đó để đứng lên hoặc di chuyển sang xe lăn)
7	サイドレール／ベッド柵(さく)	side rail (bed fence)	thanh chắn giường
8	床頭台(しょうとうだい)	bedside table	tủ đầu giường
9	キャスター	caster	bánh xe di chuyển
10	ストッパー	stopper	phanh
11	照明／電気(しょうめい／でんき)	light	bóng điện
12	カーテン	curtain	rèm
13	テレビ	TV	ti vi
14	たんす	chest	tủ quần áo
15	引き出し(ひきだし)	drawer	ngăn kéo
16	壁(かべ)	wall	tường
17	ティッシュペーパー	tissue paper	giấy ăn
18	リモコン	remote controller	điều khiển
19	網戸(あみど)	window screen	cửa lưới tránh côn trùng
20	スイッチ	switch	công tắc
21	ゴミ箱／くず入れ(ばこ／いれ)	trash can	thùng rác
22	引き戸(ひきど)	sliding door	cửa kéo
23	カレンダー	calendar	lịch

フレーズ

●声かけで 使う フレーズを おぼえましょう。

	場面	表現・例文
1	利用者さんへの 確認 Confirm with the user Xác nhận thông tin với người sử dụng dịch vụ	〜ませんか そろそろ 起きませんか。 Won't you get up? Ông (bà) chuẩn bị thức dậy chưa ạ?
2	利用者さんの 希望を きく Ask about the user's request Hỏi nguyện vọng của người sử dụng dịch vụ	〜ましょうか 食事が 終わったら、散歩に 行きましょうか。 Shall we go for a walk after the meal? Sau khi ăn xong, ông (bà) có muốn đi dạo không ạ?
3	利用者さんの 自立を 促す Promote the user's independence Khuyến khích khả năng tự lập của người sử dụng dịch vụ	〜ていただけますか ご自分で ボタンを とめて いただけますか。 Can you fasten the buttons by yourself? Ông (bà) có thể tự cài cúc giúp cháu được không ạ?
4	介助者が これから することを伝える Tell the user what a caregiver is going to do Truyền đạt những việc mà người hỗ trợ sẽ làm ngay sau đây	〜ますね カーテンを 開けますね。 I will open the curtain. Bây giờ cháu sẽ mở rèm ra nhé.
5	利用者さんに 安心感を 与える Give the user a sense of security Tạo cảm giác an tâm cho người sử dụng dịch vụ	〜ね／〜よ いいですね。 だいじょうぶですよ。 That is good. It's okay. Ông (bà) làm tốt lắm ạ. Không sao đâu ạ.
6	利用者さんに 注意を 呼びかける Call attention to the user Thu hút sự chú ý của người sử dụng dịch vụ	〜てくださいね ゆっくり 起きあがって くださいね。 Please get up slowly. ông (bà) hãy ngồi dậy thật chậm nhé.
7	共感を 表す Express sympathy Thể hiện sự đồng cảm	〜てよかったですね よく 眠れて よかったですね。 I am glad that you slept well. Cháu rất mừng vì ông (bà) ngủ ngon giấc ạ.

声かけ①

朝の あいさつ

● キーワード

あいさつ	散歩
greeting	walk
chào hỏi	đi dạo

目覚める	誘う
wake up	ask, invite
thức giấc	rủ rê

起こす	天気
wake	weather
đánh thức	thời tiết

起きる	起床
get up	getting up
thức dậy	sự thức dậy

開ける	食事
open	meal
mở ra	bữa ăn

眠れる
can sleep
ngủ say

●朝、起きたとき 🔊 MP3 01

井上 昇さん
男性 77歳
右腕、右足のリハビリ中

介護士の行動	声かけ

①部屋に入る
Enter the room
Vào phòng

ジョン：しつれいします。
　　　　井上さん、おはようございます。
井上：・・・。

②起こす
Wake (the user) up
Đánh thức

ジョン：井上さん、お目覚めですか。 Point1
井上：うーん。
ジョン：井上さん、6時ですよ。起きましょう。
井上：あーあ、おはよう。

③カーテンを開ける
Open the curtain
Mở rèm cửa

ジョン：井上さん、ゆうべは よく 眠れましたか。 Point2
井上：うん。
ジョン：カーテンを 開けますね。
井上：うん。

④散歩に誘う
Ask for a walk
Rủ đi dạo

ジョン：井上さん、今日は いい お天気ですよ。
　　　　食事の あと、散歩に 行きましょうか。
井上：そうだね。

Point 1 　起床のあいさつをする

Greet in the morning
Chào hỏi khi vừa thức dậy

> 井上さん、お目覚めですか。

あいさつをするときは、必ず利用者さんと目を合わせて、笑顔で明るくあいさつをしましょう。

Greet the user with a bright smile and eye contact.

Khi chào hỏi, cần điều chỉnh tầm nhìn của mình cho phù hợp với tầm nhìn của người sử dụng dịch vụ, và chú ý giữ gương mặt tươi cười, thân thiện khi chào hỏi.

Point 2 　あいさつをする意味

The significance of greetings
Ý nghĩa của việc chào hỏi

> ゆうべはよく眠れましたか。

あいさつは、利用者さんの健康状態をチェックするという点からも、とても大切です。コミュニケーションしながら、利用者さんの体調や様子を確認します。

Greetings are very important in terms of checking the user's health condition. Observe the user's physical condition while communicating with him/her.

Chào hỏi cũng là một cách quan trọng trong việc xác nhận tình hình sức khỏe của người sử dụng dịch vụ. Chúng ta có thể vừa trò chuyện, vừa xác nhận được tình hình, thể trạng của người sử dụng dịch vụ.

John: Excuse me. Good morning, Mr. Inoue.
Inoue: ….

J: Mr. Inoue, are you awake?
I: Umm….
J: Mr. Inoue, it's 6 o'clock now. Let's get up.
I: Oh, good morning.

J: Mr. Inoue, Did you sleep well last night?
I: Yes, I did.
J: I will open the curtain.
I: Okay.

J: It's nice weather today, Mr. Inoue. Shall we go for a walk after the meal?
I: Sure.

John: Cháu xin phép ạ. Chào buổi sáng ông Inoue.
Ông Inoue: ……..

J: Ông Inoue ơi, ông đã dậy chưa ạ?
I: Ừ….m
J: Ông Inoue ơi, 6 giờ sáng rồi ạ. Mình dậy thôi ạ.
I: a…a, chào buổi sáng cháu.

J: Đêm qua ông có ngủ ngon không ạ?
I: ừ, có.
J: Cháu mở rèm nhé ông.
I: Ừ.

J: Ông Inoue ơi, hôm nay thời tiết đẹp lắm ạ. Sau khi ăn xong, ông có muốn đi dạo không ạ?
I: Ừ, ông cũng muốn đi dạo.

わたしだけのことばとフレーズ

声かけ②

1 あいさつ

就寝前の あいさつ

●キーワード

就寝 しゅうしん going to bed việc đi ngủ	ナースコール nurse call chuông gọi y tá
排せつ はい toileting bài tiết, việc đi vệ sinh	遠慮なく えんりょ feel free to không khách sáo, không ngại ngùng
お手洗い てあら toilet nhà vệ sinh	消灯 しょうとう lights-out việc tắt đèn
室温 しつおん room temperature nhiệt độ phòng	脱水症状 だっすいしょうじょう dehydration triệu chứng mất nước
温度 おんど temperature nhiệt độ	不快（な）ふかい uncomfortable khó chịu, không thoải mái
（お）布団 ふとん comforter chăn	

●寝る前に 🔊 MP3 02

井上　昇さん
男性　77歳
右腕、右足のリハビリ中

介護士の行動	声かけ
①就寝を促す Encourage to go to bed Thúc giục đi ngủ	ジョン：井上さん、そろそろ　寝ましょうか。 井上：そうだね。

②排せつの確認 Check toileting needs Xác nhận nhu cầu đi vệ sinh	ジョン：おやすみの　前に、お手洗いは　だいじょうぶですか。 Point3 井上：うん。さっき　行ったから　だいじょうぶ。
③室温の確認 Check the room temperature Xác nhận nhiệt độ phòng	ジョン：そうですか。 部屋の　温度は　どうですか。 Point4 寒く（暑く）ありませんか。 Point4 井上：うん。だいじょうぶ。

Point3 排せつの確認
Check toileting needs
Xác nhận nhu cầu đi vệ sinh

> おやすみの前に、お手洗いはだいじょうぶですか。

寝る前に、お手洗いに行く必要があるかどうか利用者さんに直接確認しましょう。夜間の排せつへの不安が軽くなります。

Ask the user if he/she needs to go to the toilet before bedtime to reduce the user's anxiety about nighttime toileting.

Trước khi đi ngủ, hãy xác nhận trực tiếp với người sử dụng dịch vụ về nhu cầu đi vệ sinh. Điều này sẽ giúp giảm bớt sự lo lắng của người sử dụng dịch vụ về việc đi vệ sinh vào ban đêm.

Point4 室温の確認
Check the room temperature
Xác nhận nhiệt độ phòng

> 部屋の温度はどうですか。寒く（暑く）ありませんか。

就寝前に、部屋の温度を確認します。寝ているときに、体が冷えてしまったり、暑すぎて脱水症状を起こすことがあるので、室温がちょうどいいかどうか確認します。

Check the temperature in the room before bedtime. Set the appropriate room temperature to prevent chill or dehydration.

Trước khi ngủ, cần xác nhận nhiệt độ phòng. Vì khi ngủ, cơ thể có thể bị nhiễm lạnh, hoặc bị mất nước do quá nóng, nên cần xác nhận xem nhiệt độ trong phòng đã vừa đủ hay chưa.

John: Mr. Inoue. It's about time to go to bed.
Inoue: That's right.

J: Do you need to go to the toilet before going to bed?
I: I'm fine. I just went to the toilet a little while ago.

J: I see. How is the temperature in this room? Is it cold (hot)?
I: It is good.

John: Ông Inoue ơi, chuẩn bị đi ngủ thôi ạ.
Ông Inoue: Ừ, đến giờ ngủ rồi nhỉ.

J: Trước khi đi ngủ, ông có muốn đi vệ sinh không ạ?
I: Ừ, lúc nãy ông đi rồi nên không cần đi nữa đâu.

J: Vậy ạ. Nhiệt độ trong phòng thế này đã được chưa ạ? Có lạnh (nóng) không ạ?
I: Ừ, thế này là được rồi cháu ạ.

介護士の行動	声かけ
④布団の確認 Check the bedding Xác nhận chăn đắp 	ジョン：お布団は、これで　だいじょうぶですか。 Point5 井上：うん。
⑤ナースコールの説明 Explain the nurse call Giải thích về chuông gọi y tá	ジョン：何か　ありましたら、遠慮なく　ナースコールを　押して　くださいね。 Point6 井上：うん。わかった。
⑥消灯 Lights-out Tắt đèn	ジョン：部屋の　電気を　消しても　いいですか。 井上：うん。
⑦あいさつ Greeting Chào hỏi	ジョン：それでは、おやすみなさい。 井上：おやすみ。 ジョン：しつれいします。

Point5 布団の確認
Check the bedding
Xác nhận chăn đắp

> お布団は、これでだいじょうぶですか。

利用者さんが、掛け布団の位置やシーツのしわを不快に感じているかもしれません。気持ちよく眠れるように、就寝前に布団が不快ではないか確認します。

The user may feel uncomfortable with the displaced comforter or wrinkled sheets. Check the bedding before bedtime to make sure the user's comfort.

Người sử dụng dịch vụ có thể sẽ cảm thấy khó chịu với một số vị trí của chăn, hoặc nếp nhăn của ga trải giường. Để người sử dụng dịch vụ có thể ngủ ngon với tâm trạng thoải mái, trước khi ngủ cần xác nhận xem chăn đắp có chỗ nào không thoải mái hay không.

Point6 ナースコールの位置の確認
Check the position of the nurse call button
Xác nhận vị trí của chuông gọi y tá

> 何かありましたら、遠慮なくナースコールを押してくださいね。

夜間に体調が悪くなった場合などでも、すぐに対応できることを伝えます。また、ナースコールの場所も確認します。このような声かけを行うことで、安心して就寝してもらうことができます。

Tell the user that you can respond immediately if he/she needs anything during night. Also, check the position of the nurse call button with the user to give a sense of security.

Hãy truyền đạt cho người sử dụng dịch vụ rằng trong mọi trường hợp, kể cả khi người sử dụng dịch vụ cảm thấy khó chịu trong người vào lúc nửa đêm, bạn sẽ có mặt ngay lập tức để hỗ trợ. Ngoài ra, cũng cần xác nhận vị trí của chuông gọi y tá. Bằng việc truyền đạt những điều này, sẽ giúp người sử dụng dịch vụ có thể an tâm đi vào giấc ngủ.

John: Are you comfortable with this bedding condition?
Inoue: Yes, I am.

J: Please push the nurse call button if you need anything.
I: I will. Thank you.

J: Can I turn off the light in the room?
I: Yes, please.

J: Good night.
I: Good night.
J: See you tomorrow.

John: Chăn đắp thế này được chưa ông?
Ông Inoue: Ừ, được rồi.

J: Nếu ông cần gì, ông cứ ấn nút gọi y tá này mà đừng ngại ông nhé.
I: Ừ, ông hiểu rồi.

J: Bây giờ cháu tắt điện được chưa ạ?
I: Ừ.

J: Vậy cháu chúc ông ngủ ngon nhé.
I: Chúc cháu ngủ ngon.
J: Cháu xin phép ạ.

わたしだけのことばとフレーズ

声かけ ③

1 あいさつ

ほめる言葉・気づかいの言葉・お礼の言葉

● キーワード

ほめる praise / khen ngợi	**負担（が かかる）** burden / sự gánh vác, sự đảm nhận (chịu áp lực, chịu gánh nặng)
気づかい concern / quan tâm, lo lắng	**体調** physical condition / thể trạng, tình trạng sức khỏe
リハビリ rehabilitation / phục hồi chức năng, vật lý trị liệu	**（足を）ひく** pull (the leg) / lùi, kéo (chân)
指示 instruction / chỉ thị	**立ちあがる** stand up / đứng dậy
右腕 right arm / cánh tay phải	**食器** dishes / dụng cụ dùng trong bữa ăn (Bát, đĩa, đũa, thìa,...)
上手（な） good at / giỏi, làm tốt	**片づけ** clean up / dọn dẹp
無理する overdo / quá sức	**（食器を）下げる** take away (the dishes) / thu dọn (bát đĩa)
感想 impression / cảm tưởng, ấn tượng	**（食器を）重ねる** pile up (the dishes) / Xếp chồng (bát đĩa) lên nhau
似合う match, look good in / hợp	**お礼** thanks / lời cảm ơn
行動 action, behavior / hành động	**感謝** appreciation / cảm ơn, cảm tạ
身の回りのもの personal belongings / vật dụng cá nhân	

●着替えたとき 🔊 MP3 03

佐藤　久子さん
女性　86歳
左片麻痺、車いす利用

介護士の行動	声かけ
洋服について感想を言う Say impression about the clothes Nêu cảm tưởng, ấn tượng về trang phục của người sử dụng dịch vụ	佐藤：今日の　この服、どうかしら。 グエン：わあ、**いい色　ですね**。 Point7 佐藤：ありがとう。娘に　もらった　服なのよ。 グエン：そうなんですか。**とても　お似合いですよ**。 Point7
小物について感想を言う Say impression about the accessory Nêu cảm nhận về vật dụng cá nhân	佐藤：ちょっと、そこの　スカーフ、とって　くれる？ グエン：はい、どうぞ。 　　　　その　スカーフ、**おしゃれですね**。 Point7 佐藤：そう？ちょっと　色が　若すぎるかと　思ったんだけど。 グエン：**とても　すてきですよ**。 Point7 佐藤：ありがとう。

Point7 ほめる言葉

Words of praise (compliments)
Lời khen

> いい色ですね。 / とても お似合いですよ。

> おしゃれですね。 / すてきですよ。

利用者さんや身の回りのものをほめることは、利用者さんとのいいコミュニケーションになります。

Complimenting the personal item is a good way to communicate with the user. It also raises the user's motivation.

Khen ngợi vật dụng cá nhân của người sử dụng dịch vụ, sẽ giúp bạn giao tiếp tốt hơn với người sử dụng dịch vụ. Ngoài ra, điều đó cũng là yếu tố tạo nên động lực, hứng thú cho người sử dụng dịch vụ.

Sato: What do you think of my clothes today?
Nguyen: Wow, it's a beautiful color.
S: Thank you. My daughter gave it to me.
N: Really? You look nice in it.

S: Excuse me, can you pass me the scarf there?
N: Here you are. That scarf is fashionable.
S: Really? I thought the color is too bright for me.
N: It is very nice.
S: Thank you.

Bà Satou: Cháu thấy bộ quần áo hôm nay của bà thế nào?
Nguyên: Ôi, màu sắc đẹp lắm bà ạ.
S: Cảm ơn cháu. Con gái bà cho bà đấy.
N: Vậy ạ bà! Bộ này hợp với bà lắm ạ.

S : Cháu lấy giúp bà khăn quàng cổ ở đằng kia được không?
N: Vâng, đây bà ạ. Chiếc khăn đó nhìn sang quá bà nhỉ.
S: Thế à cháu? Bà cứ lo là màu này trẻ quá.
N: Không, đẹp lắm bà ạ.
S: Cảm ơn cháu.

●リハビリをしているとき 🔊 MP3 04

井上 昇さん
男性 77歳
右腕、右足のリハビリ中

介護士の行動	声かけ
リハビリの指示出し Instruct rehabilitation Hướng dẫn điều trị phục hồi chức năng	ジョン：井上さん、右腕を 少しずつ あげましょうね。 井上：うん。よい・・・しょ。よいしょ。 ジョン：そうそう、 いいですね。 上手ですよ。 Point8
リハビリを終わりにする End rehabilitation Kết thúc buổi điều trị phục hồi chức năng 	ジョン：井上さん、お疲れ様でした。 よく がんばりましたね。 Point8 今日の リハビリは これで 終わりに しましょう。 井上：もうすこし がんばろうかな。 ジョン：無理しないで、少しずつ やっていきましょうね。 Point9 井上：そうだね。

Point8 行動をほめる
Complement the action
Khen ngợi việc làm của người sử dụng dịch vụ

> そうそう、いいですね。上手ですよ。

> よく がんばりましたね。

利用者さんの行動をほめることは、利用者さんのやる気にもつながります。リハビリのときなど、相手の様子を見ながらほめる言葉を使ってみましょう。

Complementing the action raises the user's motivation. Use some words of praise according to the situation during rehabilitation.

Khen ngợi những việc làm của người sử dụng dịch vụ, sẽ mang đến động lực, sự hứng thú cho người sử dụng dịch vụ. Trong những trường hợp như điều trị vật lý trị liệu, hãy quan sát tình hình và thử đưa ra những lời khen ngợi dành cho người sử dụng dịch vụ.

Point9 気づかいの言葉
Words of concern
Những câu nói thể hiện sự quan tâm, đồng cảm

> 無理しないで、少しずつやっていきましょうね。

急にたくさん運動したり、リハビリをしすぎたりすると、利用者さんの体に負担がかかってしまいます。利用者さんががんばりすぎている場合は、体調と気持ちを気づかいながら、声かけをします。

Too much exercise or rehabilitation is a burden on the user. If the user is working too hard, let him/her know the concerns about physical condition while caring his/her feelings.

Những khi đột nhiên phải vận động nhiều, hay phải điều trị vật lý trị liệu quá sức, sẽ khiến cho cơ thể người sử dụng dịch vụ phải chịu một sức ép lớn. Khi cảm thấy người sử dụng dịch vụ đang cố gắng quá sức, cần lưu tâm tới tâm trạng và tình hình cơ thể của họ để đưa ra lời khuyên đúng lúc.

John: Mr. Inoue, can you raise your right arm slowly?
Inoue: Yes. Oof... Oof.
J: You are doing well. Good job.

J: Mr. Inoue, thanks for your hard work. You did a great job. That's all for today's rehabilitation.
I: I can do a little more.
J: Overwork is not good for you. Let's do it step by step.
I: That's right.

John: Ông Inoue ơi, bây giờ ông từ từ giơ cánh tay phải lên nhé.
Ông Inoue: Ừ. Hai … ba … nào.
J: Đúng như vậy đấy ạ. Tốt lắm ạ. Ông làm rất tốt đấy ạ.

J: Ông Inoue ơi, hôm nay ông đã vất vả rồi ạ. Ông đã rất cố gắng đấy ạ. Giờ điều vị vật lý trị liệu của hôm nay sẽ kết thúc ở đây ông nhé.
I: Hay là mình luyện tập thêm một chút đi cháu.
J: Chúng ta sẽ luyện tập dần dần, và không làm quá sức ông nhé.
I: Ừ, đúng rồi nhỉ.

●お礼を伝えるとき 🔊 MP3 05

井上　昇さん
男性　77歳
右腕、右足のリハビリ中

介護士の行動	声かけ

立ちあがりの介助
Assist in standing up
Hỗ trợ đứng lên

ジョン：井上さん、左足を　少し　ひいて　いただけますか。
井上：うん。
ジョン：はい、ありがとうございます。 Point10
　　　では、ゆっくり　立ちあがりましょうね。

食器の片づけ
Clean up the dishes
Dọn dẹp bát đũa

ジョン：井上さん、おいしかったですか。
井上：うん。おいしかったよ。
ジョン：食器を　下げますね。
井上：うん。（食器を重ねる）
ジョン：あ、どうも　ありがとうございます。 Point10

利用者さんとの会話
Have a conversation with the user
Hội thoại với người sử dụng dịch vụ

井上：ええと、ジョンさん・・・だっけ？
ジョン：はい。ジョンです。
井上：ずいぶん　日本語が　上手だね。
ジョン：いいえ、まだまだです。
井上：とても　上手だよ。
ジョン：そう　言って　もらえて、うれしいです。 Point10
　　　ありがとうございます。 Point10

1 あいさつ

Point10 お礼（感謝）を伝える
Words of gratitude (appreciation)
Nói lời cảm ơn

> ありがとうございます。 / どうもありがとうございます。

> そう言ってもらえて、うれしいです。ありがとうございます。

利用者さんのちょっとした行動や言葉に対しても、「ありがとうございます」という言葉で、感謝の気持ちを伝えます。上手に使えるようになると、利用者さんとのコミュニケーションの幅が広がります。また、利用者さんの信頼を得ることができます。

Appreciate the user's actions or words by saying "Thank you". When you become good at using the words of gratitude, the range of communication with the user will expand. Also, you can earn the trust of the user.

Dù là những lời nói, hay việc làm rất nhỏ của người sử dụng dịch vụ, chúng ta cũng cần thể hiện tấm lòng biết ơn bằng cách sử dụng câu "ありがとうございます". Nếu bạn có thể sử dụng thành thạo câu nói này, cuộc nói chuyện giữa bạn và người sử dụng dịch vụ sẽ được mở rộng hơn. Đồng thời, nhờ vào đó bạn cũng sẽ nhận được sự tin tưởng từ phía người sử dụng dịch vụ.

John: Mr. Inoue, can you pull your left leg a little bit?
Inoue: Okay.
J: Thank you. Then, please stand up slowly.

J: Mr. Inoue, was it good?
I: Yes. It was delicious.
J: I will take the dishes.
I: Thank you. (Pile up the dishes)
J: Oh, thank you very much.

I: Uh..., are you Mr. John?
J: Yes. I am John.
I: You are good at Japanese.
J: Thank you, but I still have a long way to go.
I: You are really good.
J: I'm glad you said that. Thank you very much.

John: Ông Inoue ơi, ông lùi chân trái về sau giúp cháu một chút được không ạ?
Ông Inoue: Ừ.
J: Cháu cảm ơn ông ạ. Bây giờ, chúng ta cùng đứng lên chậm rãi nhé.

J: Ông Inoue ơi, đồ ăn có ngon không ạ?
I: Ừ, ngon lắm.
J: Cháu dọn bát đũa ông nhé.
I: Ừ. (Xếp chồng bát đũa lên nhau)
J: Ôi, cháu cảm ơn ông ạ.

I: à, cháu là John...nhỉ?
J: Vâng, cháu là John ạ.
I: Cháu giỏi tiếng Nhật thật đấy.
J: Dạ, cháu vẫn còn phải học nhiều lắm ạ.
I: Không, thế là giỏi lắm rồi đấy.
J: Được ông khen, cháu vui lắm ạ. Cháu cảm ơn ông.

わたしだけのことばとフレーズ

■ほめることば

- 「いいですね。上手ですよ。」
"Good. You are doing great."
"Tốt lắm ạ. Ông (bà) làm tốt lắm ạ."

- 「○○さん、すごいですね。」
"Mr./Ms. ○○ . You are great."
"Ông (bà) … hôm nay giỏi quá ạ."

- 「その服、お似合いですよ。」
"You look nice in your clothes."
"Bộ trang phục hôm nay rất hợp với ông (bà) đấy ạ."

- 「いい色ですね。」
"It is a nice color."
"Màu sắc đẹp thật ạ."

- 「きれいな色ですね。」
"It is a beautiful color."
"Màu đẹp quá ạ."

- 「さすがですね。」
"That is wonderful."
"Đúng là chỉ có ông (bà) mới làm được thế này đấy ạ."

- 「おしゃれですね。」
"It is fashionable."
"Hôm nay ông (bà) diện quá ạ."

- 「かっこいいですね。」
"It is cool."
"Hôm nay nhìn ông (bà) phong cách lắm ạ."

- 「すてきですね。」 ※主に女性が使います。
"It is pretty." ※ Mainly women use this phrase.
"Tuyệt vời thật ạ." ※ Đây là cách nói nữ giới hay dùng.

声かけ④

1 あいさつ

よく使われる　フレーズ

● キーワード

自己紹介 (じこしょうかい)	準備する (じゅんび)
self-introduction / tự giới thiệu bản thân	prepare / chuẩn bị

だるい	聞きかえす (き)
tired, feel heavy / mệt mỏi, uể oải	ask again / hỏi lại

熱 (ねつ)	気分 (きぶん)
fever / sốt	feeling / tâm tư, tinh thần, hứng thú

測る (はか)	背中 (せなか)
measure / cân, đong, đo	back / sống lưng

体温計 (たいおんけい)	ゾクゾクする
thermometer / nhiệt kế	feel chilly / rùng mình, ớn lạnh

安心する (あんしん)	ズキズキする
feel secure, feel relieved / an tâm	throb / đau nhức âm ỉ

そば	真ん中 (まなか)
side / bên cạnh	middle / chính giữa

離れる (はな)	カジュアル（な）
leave / rời xa	casual / thân mật, gắn gũi, suồng sã

不安（な）(ふあん)	プライド
anxious / bất an, lo lắng	pride / sự tự ái, lòng tự trọng, lòng tự hào

要望 (ようぼう)	傷つける (きず)
request / nhu cầu, nguyện vọng	hurt / làm tổn thương

着替え (きが)	先輩 (せんぱい)
a change of clothes / việc thay quần áo	senior / tiền bối

●初めて会うときのあいさつ　MP3 06

佐藤　久子さん
女性　86歳
左片麻痺、車いす利用

介護士の行動	声かけ
あいさつ・自己紹介 Greeting/self Introduction Chào hỏi, giới thiệu bản thân	グエン：佐藤さん。初めまして、私は　グエンと申します。Point11 佐藤：え、エン…？ グエン：グ・エ・ンです。Point11 佐藤：あぁ、グエンさんね。 グエン：どうぞ　よろしく　お願いします。 佐藤：よろしくね。

●体調の確認　MP3 07

介護士の行動	声かけ
体調・体温の確認 Check the physical condition/body temperature Xác nhận thể trạng, nhiệt độ cơ thể 	グエン：佐藤さん。体調は　いかがですか。 佐藤：そうね。今日は　ちょっと、体が　だるいわ。 グエン：え、だいじょうぶですか。熱が　あるかもしれませんね。熱を　測って　みましょう。体温計を　持って　きます。少々　お待ちください。Point12 佐藤：うん、おねがい。

Point11 自己紹介のときに
When you introduce yourself
Khi giới thiệu bản thân

> **初めまして、私はグエンと申します。／グ・エ・ンです。**

利用者さんに安心してもらうために、自分の名前を伝えます。特に外国人の名前は聞き取りにくいので、ゆっくり、はっきり言うことが大切です。

Tell your name to give the user a sense of security. It is important to speak slowly and clearly since the foreign name is difficult to hear.

Để người sử dụng dịch vụ yên tâm, cần truyền đạt rõ tên của mình. Đặc biệt, tên của người nước ngoài thường khó hiểu, nên cần phải nói thật chậm, rõ ràng.

Point12 そばを離れるときに
When you leave the user
Khi rời xa vị trí của người sử dụng dịch vụ

> **体温計を持ってきます。少々お待ちください。**

利用者さんのそばを離れるときは、何をしに行くか、どのくらい時間がかかるかを伝えてから離れましょう。一人になった利用者さんが不安にならないように声かけをします。

When you leave the user's side, let him/her know what you are going to do and when you are coming back not to make the user feel anxious while being alone.

Khi tạm thời phải rời khỏi vị trí đang đứng bên cạnh người sử dụng dịch vụ, cần nói rõ đi đâu, làm gì, bao lâu thì quay lại, rồi mới được rời đi. Cố gắng giải thích đầy đủ để người sử dụng dịch vụ không cảm thấy bất an, lo lắng khi phải ở một mình.

Nguyen: Ms. Sato, nice to meet you. My name is Nguyen.
Sato: …yen?
N: I am Ngu-ye-n.
S: Hi, Ms. Nguyen.
N: It is nice to meet you.
S: Nice to meet you, too.

Nguyen: Ms. Sato, how are you feeling?
Sato: Well, I am a little tired today.
N: Are you all right? You may have a fever. Let's check your temperature. I will bring a thermometer. Please wait a minute.
S: Okay.

Nguyên: Chào bà Satou. Cháu tên là Nguyên ạ.
Bà Satou: Ừm, Ên…?
N: Ngu - ye - n ạ.
S: À, Nguyên nhỉ.
N: Cháu mong được bà giúp đỡ ạ.
S: Bà cũng mong được cháu giúp đỡ nhé.

N: Bà Satou ơi, hôm nay sức khỏe bà thế nào ạ?
S: Ừ, hôm nay bà thấy người hơi uể oải, mệt mỏi.
N: Vậy ạ, bà không sao chứ ạ? Hình như bà bị sốt ạ. Cháu thử đo nhiệt độ bà nhé. Cháu đi lấy nhiệt kế rồi sẽ quay lại ngay ạ. Bà chờ cháu chút ạ.
S: Ừ.

● ナースコールで呼ばれたとき　　🔊 MP3 08

佐藤　久子さん
女性　86歳
左片麻痺、車いす利用

介護士の行動	声かけ

① ナースコールに出る
Answer the nurse call
Nhận cuộc gọi từ chuông gọi y tá

（ナースコール：♪♪♪）

グエン：はい。佐藤さん、どうなさいましたか。

佐藤：さっきから　着替えを　待って　いるんだけど。

グエン：すみません。すぐに、準備しますから、ちょっと　待っていて　くださいね。 Point13

佐藤：よろしくね。

② 利用者さんの部屋へ行く
Go to the user's room
Đi đến phòng người sử dụng dịch vụ

グエン：しつれいします。

佐藤さん、お待たせして　すみませんでした。

着替えを　お持ちしました。

佐藤：ありがとう。

Point13 利用者さんの要望に応える
Respond to the user's request
Đáp ứng nguyện vọng của người sử dụng dịch vụ

> すみません。すぐに、準備しますから、ちょっと待っていてくださいね。

「〜てください」という言葉は、相手にお願いするときや、指示・命令をするときに使われます。利用者さんの行動を促すときは、語尾に「ね」をつけて、「起きてくださいね」「ちょっと待っていてくださいね」と優しく言うようにしましょう。

また、カジュアルに話すときは、「起きてね」「ちょっと待っててね」というときもあります。しかし、カジュアルな話し方は、利用者さんのプライドを傷つけてしまうことがあるので、十分、注意が必要です。

" ～ tekudasai (Please ～) " is used when you ask someone a favor or instruct/order someone. When you want to encourage the user to do some actions, add "ne" at the end of sentence and kindly say like "Okite kudasai ne (Please get up)" or "Chotto Matteite kudasai ne (Please wait a moment)". You can also say more casually like "Okite ne (Get up)" or "Chotto mattete ne (Wait a moment)". However, you need to be aware that casual speaking may hurt the user's pride.

Mẫu câu "～てください" (Hãy...) sẽ được sử dụng khi nhờ vả đối phương, hoặc khi đưa ra chỉ thị, mệnh lệnh. Khi muốn khuyến khích, tạo động lực cho người sử dụng dịch vụ, chúng ta thường thêm chữ " ね " (nhé) vào cuối câu để tạo sắc thái nhẹ nhàng cho câu nói, ví dụ như " 起きてくださいね " (Ông (bà) ngồi dậy nhé!), " ちょっと待っていてくださいね " (Ông (bà) chờ cháu một chút nhé).
Ngoài ra, trong trường hợp nói chuyện một cách thân mật, suồng sã, người ta cũng dùng cách nói như " 起きてね " (Ngồi dậy nào!), " ちょっと待っててね " (Chờ tôi lát nhé!). Tuy nhiên, cách nói suồng sã này có thể sẽ động chạm tới tự ái của người sử dụng dịch vụ, nên cần thật sự chú ý khi sử dụng.

(Nurse Call: ♪♪♪)
Nguyen: Hello. Ms. Sato, is something wrong?
Sato: I've been waiting for a change of clothes for a while.
N: I'm sorry. I will bring them soon, so please wait a moment.
S: Thank you.

N: Excuse me. Ms. Sato, thank you for waiting. I brought a change of clothes.
S: Thank you.

(Chuông gọi y tá: ♪♪♪)
Nguyễn: Vâng, bà Satou ạ, có chuyện gì thế ạ?
Bà Satou: Bà đang chờ từ nãy để thay quần áo.
N: Cháu xin lỗi đã để bà chờ ạ. Bây giờ cháu sẽ đi chuẩn bị ngay, bà chờ cháu một chút nhé.
S: Nhờ cháu giúp nhé.

N: Cháu xin phép ạ. Cháu xin lỗi vì đã để bà phải chờ ạ. Cháu đã mang quần áo để thay đến rồi ạ.
S: Bà cảm ơn cháu.

●日本語がわからないとき　MP3 09

介護士の行動	声かけ

①わからない言葉を聞きかえす
Ask again about the word you don't understand
Hỏi lại những từ không hiểu

グエン：佐藤さん。ご気分は　いかがですか。

佐藤：さっきから　背中が　ゾクゾクして、頭も　ズキズキするのよ。

グエン：ゾクゾク？ズキズキ？

佐藤：そう。

②先輩スタッフへの確認
Check with a senior staff
Xác nhận với tiền bối, nhân viên khác

グエン：すみません。高橋さんを　呼んで　きます。 Point14
すぐに　戻りますから、お待ちください。

佐藤：はい。

---

①わからない言葉を聞きかえす
Ask again about the word you don't understand
Hỏi lại những từ không hiểu

佐藤：グエンさん、机の　真ん中らへんに　メガネを　置いといて　くれる？

グエン：まんなか・・・ら・・へん？らへん？すみませんが、もう一度　お願いします。 Point14

②お礼を言う
Say thanks
Nói lời cảm ơn

佐藤：うん。真ん中らへん。だいたい　真ん中って　いう　意味よ。

グエン：ああ、そうなんですね。わかりました。教えて　くださって、ありがとうございます。

Point 14 日本語がわからなかったら…
If you don't understand Japanese …
Nếu không hiểu tiếng Nhật…

> すみません。高橋さんを呼んできます。

> すみませんが、もう一度お願いします。

わからない言葉があったときは、先輩の介護士に確認したり、利用者さんに聞きかえしたりして、わからないままにしないことが大切です。

When you don't understand the word, it is important to check the word with a senior care worker or ask the user to repeat the word.

Khi có từ vựng không hiểu, quan trọng là chúng ta không được để nguyên tình trạng không hiểu như vậy, mà phải xác nhận với hộ lý viên là tiền bối của mình, hoặc hỏi lại ngay người sử dụng dịch vụ.

Nguyen: Ms. Sato, how are you feeling?
Sato: My back is feeling chilly and my head is throbbing from a little while ago.
N: feeling chilly? Throbbing?
S: Yes.

N: I will call Ms. Takahashi. I will be back soon, so please wait.
S: Okay.

S: Ms. Nguyen, can you put my glasses around the middle of the desk?
N: Around the middle…? I'm sorry. Can you please tell me again?
S: Sure. Around the middle. It means roughly in the middle.
N: Oh, Okay. I see. Thank you for telling me.

Nguyên: Bà Satou ơi, bà thấy trong người thế nào ạ?
Bà Satou: Từ nãy bà cứ thấy sống lưng lành lạnh, đầu thì đau âm ỉ.
N: Bà thấy lạnh sống lưng ạ? Còn thấy đau đầu âm ỉ nữa ạ?
S: Ừ.

N: Xin phép bà giờ cháu sẽ đi gọi chị Takahashi ạ. Cháu sẽ quay lại ngay, bà chờ cháu một chút nhé.
S: Ừ.

S: Nguyên ơi, cháu để kính vào khoảng giữa mặt tủ đầu giường giúp bà được không?
N: Khoảng…giữ… ạ? Khoảng …? Cháu xin lỗi nhưng bà có thể nhắc lại một lần giúp cháu được không ạ?
S: Ừ, "khoảng giữa". Đại khái nghĩa là vị trí ở giữa cháu ạ.
N: À, vâng ạ. Cháu hiểu rồi ạ. Cháu cảm ơn bà đã chỉ cho cháu ạ.

到達度チェック

Achievement check
Kiểm tra mức độ hiểu bài

● 声かけの練習が終わった後に、次の目標に到達できたか確認をしましょう。

Let's check if you have achieved the following goals after completing the dialogue practice.
Sau khi hoàn thành phần luyện tập những câu nói thường dùng khi hỏi han, giải thích, trò chuyện, bạn đọc cần xác nhận xem mình đã đạt được những mục tiêu sau đây hay chưa.

声かけ 1

☐ 利用者にあいさつをするとき、「今日はいい天気ですね」など、その日の天候について簡単な言葉で話すことができる。

When you greet the user, you can talk in simple words about today's weather, such as "It's nice weather today."
Khi chào hỏi người sử dụng dịch vụ, có thể nói chuyện về thời tiết của ngày hôm nay bằng những câu đơn giản như " 今日はいい天気ですね " (Hôm nay trời đẹp quá ạ!).

☐ 利用者にあいさつをするとき、「ゆうべはよく眠れましたか」など、健康状態を確認する声かけができる。

When you greet the user, you can start a dialogue to check his/her health condition, such as "Did you sleep well last night?"
Khi chào hỏi, có thể sử dụng những câu nói để xác nhận tình hình sức khỏe của người sử dụng dịch vụ như " ゆうべはよく眠れましたか " (Đêm qua ông (bà) có ngủ ngon không ạ?).

声かけ 2

☐ 就寝前に、利用者の体調や排せつを確認するなど、簡単な言葉で声かけができる。

Before bedtime, you can talk in simple words to check the user's physical condition and toileting needs.
Trước khi đi ngủ, có thể sử dụng những câu nói đơn giản để xác nhận thể trạng và nhu cầu đi vệ sinh của người sử dụng dịch vụ.

☐ 利用者のもとを離れる際、「何かありましたら、〜くださいね」など、すぐに対応できることを伝えることができる。

When you leave the user, you can tell him/her that you will respond immediately if necessary, such as "Please call me if you need anything."
Trước khi rời xa khỏi vị trí của người sử dụng dịch vụ, có thể truyền đạt cho người sử dụng dịch vụ về việc mình sẽ có mặt ngay lập tức để hỗ trợ khi có vấn đề gì xảy ra, bằng cách sử dụng cách nói như " 何かありましたら、〜くださいね " (Nếu có chuyện gì, ông (bà) hãy ... nhé!).

声かけ 3

☐ 利用者の持ち物などを見たとき、「すてきな〜ですね」など、短い簡単な言葉でほめたり、質問したりすることができる。

When you see the user's personal item, you can give a compliment or ask a question in simple words, such as "It is a nice 〜."
Khi nhìn thấy đồ vật của người sử dụng dịch vụ, có thể hỏi thăm quan tâm, hoặc khen ngợi bằng các câu hội thoại đơn giản, như " すてきな〜ですね " (Thật là một ... đẹp quá ạ!).

☐ 利用者がリハビリをする際、利用者の状態をみて、ほめる言葉や気づかいの言葉などの声かけができる。

When you assist the user's rehabilitation, you can give words of praise or words of concern depending on the user's condition.
Khi người sử dụng dịch vụ đang điều trị vật lý trị liệu, từ việc quan sát tình hình, có thể đưa ra lời khen, hoặc lời hỏi thăm, quan tâm, lo lắng.

☐ 利用者との会話の中で、「ありがとうございます」というお礼の言葉を適切に使うことができる。

During conversation with the user, you can properly use the word "Thank you".
Khi giao tiếp với người sử dụng dịch vụ, có thể sử dụng một cách thích hợp câu cảm ơn " ありがとうございます ".

声かけ 4

- ☐ 利用者や職員に対して、簡単な言葉で自己紹介をすることができる。
  You can introduce yourself to users and staff in simple words.
  Có thể sử dụng những câu nói đơn giản để tự giới thiệu bản thân với người sử dụng dịch vụ, nhân viên trong cơ sở.

- ☐ わからない言葉があったとき、適切に聞きかえすことができる。
  When you don't understand the word, you can properly ask again.
  Khi có từ không hiểu, có thể hỏi lại một cách thích hợp.

- ☐ 対応に困ったとき、職員を呼んだりするなど、介助者がこれからすることを伝えることができる。
  When you have difficulty in dealing with the situation, you can call staff and tell the user what you are going to do.
  Khi gặp khó khăn trong quá trình giải quyết tình huống, có thể gọi nhân viên khác trong cơ sở, và truyền đạt cho người sử dụng dịch vụ những việc mà bạn sẽ làm bây giờ.

わたしだけのことばとフレーズ

② 移乗・移動の介助
（いじょう・いどうのかいじょ）

Transfer assistance
Hỗ trợ di chuyển sang xe lăn, hỗ trợ đi lại

考えましょう

❶ いつ（どんなとき）車いすを 使って、移動しますか。
When (In what kind of situations) does the user transfer in a wheelchair?
Khi nào cần sử dụng xe lăn để di chuyển?

❷ 立ちあがり介助のとき、何を 確認しますか。
What do you check when assisting the user to stand up?
Khi hỗ trợ đứng lên, cần xác nhận điều gì?

❸ 介助するときは、利用者さんの どちらに 立って サポートしますか。
In which side do you stand when you assist the user?
Khi hỗ trợ, cần đứng bên nào để có thể đỡ được người sử dụng dịch vụ?

ことば

移乗・移動の道具
いじょう・いどう の どうぐ

Transfer devices
Dụng cụ dùng khi di chuyển

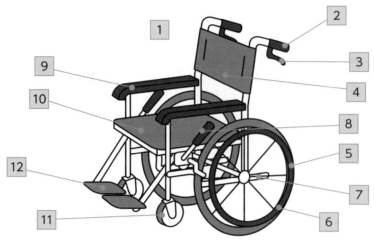
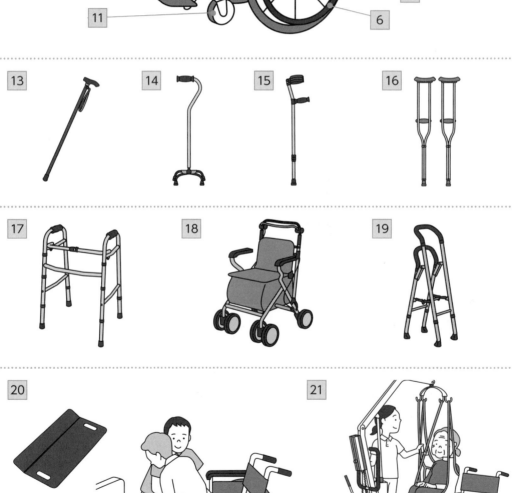

	日本語	英語	ベトナム語
1	車いす（くるま）	wheelchair	xe lăn
2	ハンドグリップ	hand grip	tay nắm, tay đẩy
3	介助用ブレーキ（かいじょよう）	assistant brake	tay phanh (Dùng để hỗ trợ khi di chuyển)
4	背もたれ／バックサポート（せ）	backrest/back support	chỗ dựa lưng
5	駆動輪（タイヤ）／後輪（くどうりん）（こうりん）	driving wheel(tire)/back wheel	bánh xe
6	ハンドリム	handrim	handrim (Bánh xe nhỏ gắn bên ngoài bánh xe lăn. Khi dùng tay xoay bánh xe này, sẽ làm xe lăn chuyển động)
7	ティッピングレバー	tipping lever	thanh cân bằng (người đẩy xe lăn giẫm vào thanh này để nhấc bánh trước lên khi cho xe lăn vượt qua các gờ, bậc)
8	ブレーキ	brake	phanh
9	ひじ掛け／アームサポート（か）	armrest/armrest	chỗ để tay, tay vịn
10	座面／シート（ざめん）	seat/seat	chỗ ngồi, ghế ngồi
11	キャスター／前輪（ぜんりん）	caster/front wheel	bánh xe trước
12	足置き／フットサポート（あしお）	footrest/foot support	bàn để chân
13	杖／Ｔ字杖（つえ）（じづえ）	cane/T-cane	gậy chống／gậy hình chữ T
14	四点杖／多点杖（よんてんづえ）（たてんづえ）	4-point cane/multipoint cane	gậy 4 chân／gậy nhiều chân
15	ロフストランド杖（づえ）	lofstrand cane	nạng cẳng tay (Nạng dài đến khuỷu tay, có phần vòng tròn trên cùng dùng để đỡ khuỷu tay)
16	松葉杖（まつばづえ）	crutch	nạng
17	歩行器（ほこうき）	walker	khung tập đi dành cho người cao tuổi
18	シルバーカー	silver car	xe đẩy hỗ trợ đi lại dành cho người cao tuổi
19	歩行器型杖／サイドケイン（ほこうきがたつえ）	walker type cane/side cane	gậy chống dạng khung tập đi／gậy chống một bên
20	スライディングボード	sliding board	tấm trượt
21	移動用リフト（いどうよう）	lift	dụng cụ nâng chuyên dụng khi di chuyển

フレーズ

●声かけで 使う フレーズを おぼえましょう。

1	移る	車いすに 移りましょう。 Please move to a wheelchair. Bây giờ chúng ta sẽ di chuyển sang xe lăn nhé!
2	ずらす	お尻を ずらして いただけますか。 Can you please shift your hip? Ông (bà) có thể xê dịch mông giúp cháu được không ạ?
3	起きあがる	ゆっくり 起きあがりましょう。 Please get up slowly. Bây giờ mình sẽ cùng ngồi dậy từ từ nhé ông (bà).
4	(手を) つく	右手を ベッドの 端に ついて ください。 Please put your right hand on the edge of the bed. Ông (bà) hãy chống tay phải xuống mép giường ạ.
5	向ける	顔を こちらに 向けて いただけますか。 Can you please turn your face towards me? Ông (bà) quay mặt về phía cháu được không ạ?
6	のせる	右足を フットサポートに のせて いただけますか。 Can you please put your right leg on the foot support? Ông (bà) nhấc chân phải lên bàn để chân giúp cháu được không ạ?
7	握る	右手で 車いすの ひじ掛けを 握って いただけますか。 Can you please hold the wheelchair armrest with your right hand? Tay phải ông (bà) nắm lấy chỗ để tay của xe lăn giúp cháu được không ạ?
8	つかまる	手すりに つかまって ください。 Please hold on to the handrail. Ông (bà) hãy bám vào tay vịn ạ.
9	はずす	ブレーキを はずして いただけますか。 Can you please release the brake? Ông (bà) mở phanh giúp cháu được không ạ?
10	動かす	車いすを 動かしても よろしいですか。 May I move the wheelchair? Bây giờ cháu bắt đầu đẩy xe lăn đi được không ạ?
11	寄りかかる	背もたれに 寄りかかって くださいね。 Please lean against the backrest. Ông (bà) hãy tựa người vào lưng ghế đi ạ.

12	めまいが する	めまいは しませんか。 Don't you feel dizzy? Ông (bà) có chóng mặt không ạ?
13	置く	ここに 水を 置きますね。 I will put the water here. Cháu để nước ở đây nhé.
14	履く	右足の 靴は ご自分で 履いて いただけますか。 Can you please put the right shoe on by yourself? Ông (bà) tự mình đi giày vào chân phải giúp cháu được không ạ?
15	まわす	こちらの ほうに 体を ゆっくり まわして ください。 Please turn your body slowly this way. Ông (bà) hãy quay người sang hướng này thật chậm ạ.
16	ひく	左足を 後ろに 少し ひいて ください。 Please pull your left leg backward slightly. Ông (bà) hãy lùi chân trái về phía sau một chút ạ.
17	浅く（深く）座る	もう少し 浅く（深く）座りましょうか。 Can you sit on the edge (deeply) a little more? Ông (bà) có muốn ngồi nhích ra ngoài (ngồi sâu vào lòng ghế) một chút nữa không ạ?
18	支える	右側を 支えますから、 ゆっくり 立ちましょう。 I will support the right side. Let's stand up slowly. Cháu sẽ đỡ bên phải, bây giờ chúng ta sẽ cùng đứng dậy thật chậm rãi nhé.
19	進む	杖、左足、右足の 順番で ゆっくり 進みましょう。 Please move forward slowly by placing the cane, the left leg, and the right leg in order. Bây giờ chúng ta sẽ cùng tiến về phía trước thật từ từ theo trình tự gậy, chân trái, chân phải nhé.
20	迎えに 来る	30分後に 迎えに 来ます。 I will pick you up in 30 minutes. Cháu sẽ đến đón ông (bà) sau 30 phút nữa ạ.
21	済む	杖の 安全点検は 済んで います。 The cane has been checked for safety. Gậy chống đã được kiểm tra về độ an toàn.

■日本語の ここに 気をつけよう!

～向けます・向きます の使い方～

❶向けます:「佐藤さん、顔を こちらに 向けて いただけますか。」 ○
　向きます:「佐藤さん、顔を こちらに 向いて いただけますか。」 ×
　　　　⇒佐藤さん、こちらを 向いて いただけますか。 ○

❷体の 向きを 変えましょう。○
　体の 向けを 変えましょう。×

MEMO

声かけ①

仰臥位から 端座位への 体位変換

● キーワード

仰臥位 (ぎょうがい) — supine position / tư thế nằm ngửa	へそ — belly button / rốn
端座位 (たんざい) — sitting in upright position / tư thế ngồi ở mép giường	座位 (ざい) — sitting position / tư thế ngồi
体位変換 (たいいへんかん) — posture change / thay đổi tư thế cơ thể	安定 (あんてい) — stability / ổn định
左片麻痺 (ひだりかたまひ) — left hemiplegia / liệt nửa người bên trái	床 (ゆか) — floor / sàn nhà
「頼むよ」(たの) — "please" / "nhờ bạn nhé!"	転落 (てんらく) — fall / ngã nhào
つま先／足先 (さき／あしさき) — toe / tiptoe / mũi chân	残存機能 (ざんぞんきのう) — residual function / chức năng còn khỏe của cơ thể
片足 (かたあし) — one leg / một chân	活用する (かつよう) — utilize / tận dụng
両足 (りょうあし) — both legs / hai chân	健側 (けんそく) — healthy side / bên còn khỏe
片手 (かたて) — one hand / một tay	患側 (かんそく) — unhealthy side (affected side) / bên bị bệnh, bên yếu
両手 (りょうて) — both hands / hai tay	

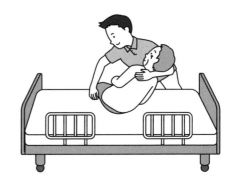

●仰臥位から端座位への体位変換

MP3 10

松本　実さん
男性　78歳
左片麻痺、車いす利用

介護士の行動	声かけ

①食事の時間を伝える
Tell the time for meals
Thông báo giờ ăn

ジョン：松本さん、お食事の　時間です。
　　　　食堂へ　行きましょうか。
松本：うん。頼むよ。
ジョン：お食事の　前に　お手洗いに　寄りますか。
松本：さっき　行ったから、だいじょうぶ。

②起こす
Wake (the user) up
Nâng/ đỡ ngồi dậy

ジョン：それでは　車いすに　移りますので、
　　　　起きましょう。 Point1
松本：うん。

③体位変換の準備
Prepare for posture change
Chuẩn bị thay đổi tư thế cơ thể

ジョン：右手を　使って　左腕を　胸の　上に
　　　　置いて　いただけますか。 Point2
松本：うん。
ジョン：右足の　つま先を　左足の　ひざの　下に
　　　　入れて　いただけますか。 Point2
　　　　顔を　こちらに　向けて　いただけますか。
松本：うん。

58

2 移乗・移動の介助

Point 1 介助内容の説明
かいじょないようせつめい
Explanation for the assistance
Giải thích từng bước hỗ trợ

> それでは車いすに移りますので、起きましょう。
> くるま　　　うつ　　　　　　　　お

利用者さんに動作の目的や介助内容を伝えて、了解を得ましょう。そうすることで、利用者さんの心の準備ができて、動作協力が得やすくなります。

Tell the user about the purpose of the actions or assistance and obtain his/her consent. The user can mentally prepare and cooperate easily.

Cần truyền đạt cho người sử dụng dịch vụ về mục đích của thao tác và các bước hỗ trợ, nhằm nhận được sự chấp thuận từ phía người sử dụng dịch vụ. Điều này có thể giúp người sử dụng dịch vụ chuẩn bị được tâm lý, và giúp chúng ta dễ dàng nhận được sự hợp tác từ phía người sử dụng dịch vụ hơn.

Point 2 体を小さくまとめる意味
からだ　ちい　　　　　　　　　いみ
The significance of making the body compact
Ý nghĩa của việc thu nhỏ cơ thể

> 右手を使って左腕を胸の上に置いていただけますか。
> みぎて　つか　ひだりうで　むね　うえ　お

> 右足のつま先を左足のひざの下に入れていただけますか。
> みぎあし　　　さき　ひだりあし　　　した　い

腕を胸の上にのせる、片足をもう一方の足の下へ入れるなど、利用者さんの体をコンパクトにまとめると、介助しやすくなります。　→ P126【ボディメカニクス】参照

Making the use's body compact such as putting the arms on the chest or placing one foot under the other foot makes the assistance easier. → See P126【Body Mechanics】

Bằng những động tác như đặt cánh tay lên ngực, đặt một chân xuống dưới chân còn lại, sẽ làm cho cơ thể người sử dụng dịch vụ thu nhỏ lại, giúp cho việc hỗ trợ di chuyển dễ dàng hơn. → Tham khảo "Các tư thế bảo vệ cơ thể", trang 126

John: Mr. Matsumoto, it's meal time. Can I take you to the dining room?
Matsumoto: Yes, please.

J: Do you need to go to the toilet before you eat?
M: I'm fine. I just went to the toilet a little while ago.

J: Then, let's get up and move to a wheelchair.
M: All right.

J: Can you please put your left arm on your chest by using your right hand?
M: Okay.

J: Can you please place your right foot under your left knee? Can you turn your face towards me?
M: Okay.

John: Ông Matsumoto ơi, đã đến giờ ăn rồi ạ. Chúng ta cùng đi đến nhà ăn nhé.
Ông Matsumoto: Ừ, nhờ cháu cả.

J: Trước khi dùng bữa, ông có muốn đi vệ sinh không ạ?
M: Không cần đâu, lúc nãy ông đi rồi.

J: Vậy bây giờ mình sẽ di chuyển sang xe lăn, nên cháu sẽ giúp ông ngồi dậy nhé.
M: Ừ.

J: Ông dùng tay phải, đặt tay trái lên trên ngực giúp cháu được không ạ?
M: Ừ.

John: Ông luồn mũi chân phải xuống dưới đầu gối trái giúp cháu được không ạ? Sau đó, ông quay mặt về phía này giúp cháu nhé.
M: Ừ.

介護士の行動	声かけ
④起きあがりの準備 Prepare for getting up Chuẩn bị ngồi dậy 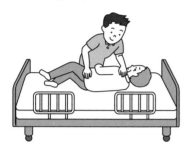	ジョン：それでは、こちら（右）を 向きましょうね。 松本：うん。 ジョン：右足を 使って 両足を ベッドの 端に ずらして いただけますか。 松本：うん。 ジョン：はい、ありがとうございます。
⑤端座位に体位変換 Change posture to the sitting position on the edge Thay đổi tư thế cơ thể sang tư thế ngồi ở mép giường 	ジョン：右ひじを ついて、おへそを 見るようにして、起きあがりましょうね。 いち、にの、さん。 めまいは しませんか。 松本：うん。だいじょうぶだよ。
⑥座位の安定の確認・靴を履く介助 Check the stability of the sitting position/assist to wear shoes Xác nhận sự ổn định của tư thế ngồi, hỗ trợ đi giày 	ジョン：足が 床に しっかり ついて いますか。 Point3 松本：うん。 ジョン：ご自分で 右足の 靴を 履いて いただけますか。 Point4 私が 左足を お手伝いしますね。 松本：うん。

2 移乗・移動の介助

Point3 座位の安定を確認する
Check the stability of the sitting position
Xác nhận vị trí ngồi đã ổn định hay chưa

> 足が床にしっかりついていますか。

端座位になった際に、安全のため、利用者さんの足がしっかり床についているか確認しましょう。安定した端座位をとることで、利用者さんの転落を防ぐことができます。

Make sure that the user's feet are stable on the floor when he/she sits on the edge. Stable sitting position will prevent falls.

Khi người sử dụng dịch vụ đã ngồi ở mép giường, để đảm bảo an toàn, chúng ta hãy cùng xác nhận xem chân người sử dụng dịch vụ đã chạm hẳn xuống sàn hay chưa. Tư thế ngồi ổn định sẽ giúp phòng tránh được hiện tượng ngã nhào về phía trước của người sử dụng dịch vụ.

Point4 残存機能の活用
Utilize the residual function
Tận dụng những chức năng còn khỏe của cơ thể

> ご自分で右足の靴を履いていただけますか。

残存機能を活かすために、できるだけ健側の手と足を使ってもらうようにしましょう。ちょっとしたことができることで、利用者さんの生きる意欲を高めることにつながります。

Encourage to use the hand and the leg on the unaffected side as much as possible to utilize the residual function. Accomplishment of a little thing will raise the user's motivation to live.

Để có thể phát huy được những chức năng còn khỏe của cơ thể, cần cố gắng hết sức có thể để người sử dụng dịch vụ tự vận động bên tay và chân còn khỏe của mình. Chỉ cần còn tự mình làm được một chút thôi, cũng giúp nâng cao động lực sống của người sử dụng dịch vụ.

John: Then, can you turn the body towards me (right)?
Matsumoto: Okay.
J: Can you please shift your legs to the edge of the bed by using your right leg?
M: Sure.
J: Thank you.

J: Please support the body with your right elbow and look at your belly button to get up. One, two, three. Do you feel dizzy?
M: No, I'm fine.

J: Did your feet reach the floor stably?
M: Yes.
J: Can you please put the right shoe on by yourself? I will help the left side.
M: Okay.

John: Bây giờ ông hãy quay về phía này (bên phải) nhé.
Ông Matsumoto: Ừ.
J: Ông có thể dùng chân phải, rồi kéo cả hai chân về phía mép giường giúp cháu được không ạ?
M: Ừ.
J: Đúng rồi ạ. Cháu cảm ơn ông.

J: Bây giờ ông hãy chống khuỷu tay phải, cúi nhìn xuống rốn, và chúng ta cùng ngồi dậy nhé. 1,2,3. Ông có thấy chóng mặt không?
M: Không sao cháu ạ.

J: Chân ông đã chạm hẳn xuống sàn chưa ạ?
M: Ừ, rồi.
J: Ông tự đi giày vào chân phải giúp cháu được không ạ? Cháu sẽ giúp ông đi giày vào chân trái ạ.
M: Ừ.

わたしだけのことばとフレーズ

声かけ②

2 移乗・移動の介助

ベッドから 車いすへの 移乗

● キーワード

移乗 (いじょう) transfer di chuyển sang xe lăn	**補正** (ほせい) correction sự điều chỉnh, sự sửa lại cho đúng
かかと heel gót chân	**バランス（を 崩す）** (くず) lose balance mất cân bằng
前かがみ（に なる） (まえ) lean forward cơ thể ở tư thế hơi cúi người về phía trước	**バランス（を とる）** keep balance lấy cân bằng, tạo ra sự cân bằng
お辞儀 (じぎ) bow cúi chào	**踏ん張る** (ふば) stand firmly on the ground khuyu gối, đứng tấn
重心 (じゅうしん) center of gravity trọng tâm	**着地** (ちゃくち) landing chạm đất, tiếp đất
呼吸（を 合わせる） (こきゅう)(あ) keep time cùng điều chỉnh nhịp thở, cùng lấy hơi (để cùng thực hiện một việc gì đó)	

63

● 車いすに移るとき 🔊 MP3 11

松本　実さん
男性　78歳
左片麻痺、車いす利用

介護士の行動	声かけ

①介助内容の説明と準備

Explain and prepare for the assistance
Giải thích và chuẩn bị các bước hỗ trợ

ジョン：松本さん、車いすに　移りましょうね。

松本：うん。

ジョン：しっかり　座れて　いますね。
　　　　いま、車いすを　準備します。

松本：うん。

②浅く座る

Sit down on the edge
Ngồi ra mép giường, mép ghế

ジョン：右手を　ベッドの　端に　ついて、もう少し　浅く　座りましょうか。 Point5
　　　　右の　お尻は　ご自分で　前に　ずらして　いただけますか。
　　　　左は　私が　お手伝いしますね。

松本：うん。

③車いすに移る準備

Prepare for the transfer to a wheelchair
Chuẩn bị di chuyển sang xe lăn

ジョン：右手で　車いすの　ひじ掛けを　しっかり　握って　いただけますか。
　　　　右足を　少し　前に　出して、かかとを　車いすのほうに　向けて　いただけますか。

松本：うん。

Point5 立ちあがりやすくする
Make standing up easy
Tạo ra tư thế dễ đứng lên

> 右手をベッドの端について、もう少し浅く座りましょうか。

> 前かがみになって、ゆっくり立ちましょうね。

立ちあがりやすくするために、浅く座ってもらいましょう。また、前かがみになったり、お辞儀をするように頭を下げると、重心が両足に移動してお尻が持ちあがり、立ちあがりやすくなります。

Let the user sit on the edge to make standing up easy. Leaning forward and lowering the head like bowing also help because these actions lower the center of gravity to the legs and raise the user's bottom up.

Để giúp việc đứng lên dễ dàng hơn, hãy để người sử dụng dịch vụ ngồi ra sát mép giường. Ngoài ra, nếu hơi đổ người về phía trước, và cúi đầu giống như khi cúi chào, trọng tâm cơ thể sẽ dồn vào hai chân, phần mông sẽ được nâng lên theo, nhờ đó giúp người sử dụng dịch vụ đứng lên dễ dàng hơn.

John: Mr. Matsumoto, please move to a wheelchair.
Matsumoto: Okay.
J: You are sitting stably. I will prepare a wheelchair now.
M: Thank you.

J: Please put your right hand on the edge of the bed and sit a little more on the edge side. Can you please shift your right-side hip forward? I will help the left side.
M: Sure.

J: Can you firmly grasp the wheelchair's armrest with your right hand? Can you put out your right leg forward and turn the heel towards the wheelchair?
M: Okay.

John: Ông Matsumoto ơi, bây giờ chúng ta cùng di chuyển sang xe lăn nhé.
Ông Matsumoto: Ừ.
J: Ông đã ngồi chắc chắn rồi đúng không ạ. Bây giờ, cháu sẽ chuẩn bị xe lăn ạ.
M: Ừ.

J: Ông dùng tay phải bám vào mép giường và ngồi ra sát mép giường thêm một chút nữa được không ạ? Ông tự dịch chuyển bên mông phải ra phía trước được không ạ? Bên trái cháu sẽ giúp ông.
M: Ừ.

J: Tay phải ông nắm chắc vào tay vịn của xe lăn giúp cháu được không ạ? Sau đó ông giúp cháu dì chuyển chân phải về phía trước một chút, rồi hướng gót chân về phía xe lăn được không ạ?
M: Ừ.

介護士の行動	声かけ
④立ちあがり介助 Assist in standing up Hỗ trợ đứng lên 	ジョン：前かがみに なって、ゆっくり 立ちましょうね。 Point5 左側を 支えますね。 いち、にの、さん。 Point6
⑤移乗介助 Assist in transferring Hỗ trợ di chuyển sang xe lăn 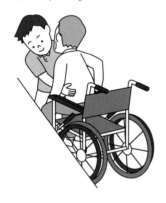	ジョン：車いすの 方に 体を まわして、ゆっくり 座りましょうね。 松本：うん。
⑥体調の確認 Check the physical condition Xác nhận thể trạng	ジョン：めまいは しませんか。 Point7 松本：うん。だいじょうぶだよ。

Point6　立ちあがるタイミング　Timing for standing up
Thời điểm đứng lên

> いち、にの、さん。

立ちあがるときは、「いち、にの、さん」と声かけして呼吸を合わせると、スムーズにいきます。ただし、うまく呼吸が合わせられない利用者さんもいるので、利用者さんによって「いち、にの、さん」と声かけするかどうか決めましょう。

Keeping time by saying "one, two, three" makes standing up smooth. However, some users cannot keep time well, so you need to decide whether or not you say "one, two, three" depending on the user.

Khi đứng lên, nếu ra hiệu "1,2,3" để hai người cùng lấy hơi, thì các động tác sẽ trở nên nhịp nhàng hơn. Tuy nhiên, cũng có người sử dụng dịch vụ không thể điều khiển hơi thở theo hiệu lệnh của người trợ giúp, nên cần phải tùy vào từng người sử dụng dịch vụ, chúng ta mới quyết định xem có nên hô hiệu lệnh "1,2,3" hay không.

Point7　体調の確認　Check the physical condition
Xác nhận thể trạng

> めまいはしませんか。

移乗をしたあとは、めまいがしないか、体調の確認をしましょう。

After transfer, ask the user if he/she feels dizzy and check the physical condition.

Sau khi di chuyển sang xe lăn, cần xác nhận xem người sử dụng dịch vụ có cảm thấy chóng mặt hay không.

John: Please lean forward and stand up slowly. I will support the left side. One, two, three.

J: Please turn your body towards the wheelchair and sit down slowly.
Matsumoto: Okay.

J: Do you feel dizzy?
M: No, I'm fine.

John: Bây giờ ông hơi cúi người về phía trước một chút, rồi chúng ta cùng từ từ đứng lên nhé. Cháu sẽ đỡ bên trái ạ. 1,2,...3.

J: Bây giờ mình sẽ cùng xoay người về hướng xe lăn và ngồi xuống từ từ ông nhé.
Ông Matsumoto: Ừ.

J: Ông có chóng mặt không ạ?
M: Không sao cháu ạ.

介護士の行動	声かけ

⑦座位の安定の確認

Check the stability of the sitting position
Xác nhận sự ổn định của tư thế ngồi

ジョン：右側を　もう少し　深く　座って　いただけますか。 Point8

左側は　私が　お手伝いしますね。

どうですか。しっかり　座れて　いますか。

松本：うん。

⑧移乗完了

Complete the transfer
Kết thúc việc di chuyển sang xe lăn

ジョン：左足は　私が　フットサポート（足置き）にのせますね。

右足は　ご自分で　のせて　いただけますか。 Point9

松本：うん。

2 移乗・移動の介助

Point8 座位の確認と補正
Check and correct the sitting position
Xác nhận và điều chỉnh tư thế ngồi

> 右側をもう少し深く座っていただけますか。

移乗をしたあとは、座位の安定のため、車いすに深く座ってもらいましょう。

After transfer, let the user sit deeply in the wheelchair for the stable sitting position.

Sau khi di chuyển sang xe lăn, để đảm bảo người sử dụng dịch vụ đã ngồi an toàn, ổn định, hãy để người sử dụng dịch vụ ngồi sâu vào trong lòng ghế.

Point9 残存機能の活用、足を載せる順番
Utilize the residual function, the order of placing the legs
Tận dụng những chức năng còn khỏe của cơ thể, trình tự nhấc/hạ chân

> 右足はご自分でフットサポートにのせていただけますか。

車いすに乗っている利用者さんがバランスを崩した際に、踏ん張って体を支えられるように、健足は後からフットサポートに載せましょう。逆に、足をおろす際は、先に健足を着地させて、バランスがとれるようにしましょう。また、残存機能を活かすため、できるだけ健側の足を使ってもらうようにしましょう。

Place the unaffected leg on the foot support later to stand firmly in case the user sitting in the wheelchair loses the balance. On the contrary, when the user gets off the wheelchair, place the unaffected leg on the ground first to keep the balance. Also, encourage to use the unaffected leg as much as possible to utilize the residual function.

Để người sử dụng dịch vụ khi đang ngồi trên xe lăn, dù có bị mất cân bằng vẫn có thể khuỵu gối và đỡ được cơ thể, hãy để bên chân khỏe nhấc lên bàn để chân sau cùng. Ngược lại, khi hạ chân xuống khỏi bàn để chân, hãy lưu ý tạo ra sự cân bằng cơ thể bằng cách để bên chân khỏe hạ xuống đất trước. Ngoài ra, để phát huy những chức năng còn khỏe của cơ thể, chúng ta hãy cố gắng hết sức có thể để người sử dụng dịch vụ tự vận động bên chân còn khỏe của mình.

John: Can you please sit a little more deeply on the right side? I will help on the left side. How is that? Are you sitting stably?
Matsumoto: Yes.

J: I will place your left leg on the foot support (footrest). Can you put your right leg by yourself?
M: All right.

John: Ông dịch người bên phải ngồi sâu vào trong ghế thêm một chút nữa được không ạ? Bên trái cháu sẽ giúp ông ạ. Ông thấy thế nào rồi ạ. Ông đã ngồi chắc chưa ạ?
Ông Matsumoto: Ừ, được rồi cháu ạ.

J: Cháu sẽ nhấc chân trái của ông lên bàn để chân nhé. Chân phải ông tự nhấc lên giúp cháu được không ạ?
M: Ừ.

わたしだけのことばとフレーズ

声かけ③

車いすでの移動

● キーワード

移動 (いどう) transfer, move di chuyển, đi lại	**段差** (だんさ) step bậc, gờ nhỏ lên trên đường đi
リハビリルーム rehabilitation room phòng phục hồi chức năng, phòng vật lý trị liệu	**後ろ向き** (うしろむき) backward đi giật lùi, sự ngoái lại phía sau
通路 (つうろ) passage đường đi	**坂道** (さかみち) slope đường dốc, con dốc
安全 (あんぜん) safety an toàn	**ずり落ちる** (ずりおちる) slide down trượt xuống, trượt khỏi …
速さ/スピード/速度 (はや/そくど) speed tốc độ	**(リハビリに) 取り組む** (とりくむ) work on (rehabilitation) nỗ lực, chuyên tâm (vào buổi điều trị phục hồi chức năng)

●車いすで移動するとき 🔊 MP3 12

佐藤　久子さん
女性　86歳
左片麻痺、車いす利用

介護士の行動	声かけ
①体調の確認・行き先を伝える Check the physical condition/tell the destination Xác nhận thể trạng, thông báo điểm đến	グエン：佐藤さん、体調は　いかがですか。 佐藤：ええ、いいわよ。 グエン：今から　リハビリルームへ　行きましょうか。 佐藤：ええ。おねがいします。

②通路の安全・座位の安全の確認 Check the passage safety/the sitting position Xác nhận sự an toàn của tư thế ngồi và của đường đi	グエン：通路は　安全ですので、だいじょうぶですよ。 Point10 車いすに　しっかり　座って　いますか。 佐藤：ええ。
③ブレーキをはずす Release the brake Tháo, bỏ phanh	グエン：ご自分で　右側の　ブレーキを　はずしていただけますか。 Point11 左側は　私が　お手伝いしますね。 佐藤：ええ、おねがいします。

Point 10　通路の安全確認
Safety check for the passage
Xác nhận sự an toàn của đường đi

> **通路は安全ですので、だいじょうぶですよ。**

移動を始める前に、通路に物が置いていないかなど、安全確認をするようにしましょう。

Before transfer, make sure that there are no obstacles in the passage and check for safety.

Trước khi bắt đầu di chuyển, cần đảm bảo sự an toàn bằng cách kiểm tra xem có vật cản gì trên đường đi hay không.

Point 11　残存機能の活用
Utilize the residual function
Tận dụng những chức năng còn khỏe của cơ thể

> **ご自分で右側のブレーキをはずしていただけますか。**

残存機能を活かすため、できるだけ健側の手を使ってもらうようにしましょう。

Encourage to use the hand on the unaffected side as much as possible to utilize the residual function.

Để phát huy được những chức năng còn khỏe của cơ thể, chúng ta hãy cố gắng hết sức có thể để người sử dụng dịch vụ tự vận động bên tay còn khỏe của mình.

Nguyen: Ms. Sato, how are you?
Sato: I'm good.
N: Can I take you to the rehabilitation room now?
S: Yes, please.

N: The passage is safe, so please feel secure. Are you sitting in the wheelchair securely?
S: Yes, I am.

N: Can you please release the brake on the right side? I will help on the left side.
S: Okay.

Nguyên: Bà Satou ơi, bà thấy trong người thế nào ạ?
Bà Satou: Ừ, tốt cháu ạ.
N: Bây giờ, bà cháu mình cùng đi đến phòng vật lý trị liệu nhé.
S: Ừ, bà nhờ cháu nhé.

N: Đường đến phòng vật lý trị liệu rất an toàn, không có vấn đề gì ạ. Bà đã ngồi chắc trên xe lăn chưa ạ.
S: Ừ, rồi cháu ạ.

N: Bà có thể tự bỏ phanh bên tay phải giúp cháu được không ạ? Bên trái cháu sẽ làm giúp bà ạ.
S: Ừ, bà nhờ cháu nhé.

介護士の行動	声かけ
④車いすを動かす・速さの確認 Move the wheelchair/check the speed Đẩy xe lăn, xác nhận tốc độ 	グエン：車いすを　動かしても　よろしいです 　　　　か。 Point12 佐藤：ええ。 グエン：ゆっくり　進みますね。 　　　　このくらいの　速さで　よろしいです 　　　　か。 Point13 佐藤：ええ。だいじょうぶよ。 グエン：何か　ありましたら、教えて　くださいね。
⑤段差をあがる Go up the step Lên bậc thang 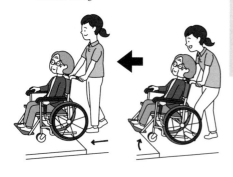	グエン：佐藤さん、段差を　あがりますね。 　　　　ひじ掛けに　しっかり　つかまって、背もた 　　　　れに　寄りかかって　くださいね。 佐藤：ええ。わかったわ。

2 移乗・移動の介助

Point12 動作前の確認・動作中の声かけ

Check before the action/dialogue during the action
Xác nhận trước khi thực hiện thao tác. Hỏi han, giải thích trong khi thao tác

> 車いすを動かしてもよろしいですか。

利用者さんの不安をなくすために、動かすとき、曲がるとき、段差を越えるとき、止めるときなどは、必ず声をかけましょう。

Tell the user what will happen next before moving, turning, going over the step, or stopping, etc. to reduce anxiety.

Để người sử dụng dịch vụ không cảm thấy bất an, khi thực hiện các thao tác như khi bắt đầu đẩy xe lăn, khi rẽ, khi đi qua các gờ, bậc thang, khi dừng lại…, nhất định phải giải thích với người sử dụng dịch vụ.

Point13 スピードの確認

Check the speed
Xác nhận tốc độ

> このくらいの速さでよろしいですか。

移動のスピードによっては、利用者さんの体調に変化が起こることがあります。移動の速度が適切かどうか、確認しましょう。

The transfer speed may cause a change in the user's physical condition. Ask the user if the speed is appropriate.

Tốc độ đẩy xe lăn đôi khi có thể gây ra sự thay đổi về thể trạng của người sử dụng dịch vụ. Do đó, cần xác nhận với người sử dụng dịch vụ xem tốc độ di chuyển của xe lăn như vậy đã thích hợp hay chưa.

Nguyen: Can I move the wheelchair?
Sato: Yes, please.
N: We will go on slowly. Is this a good speed?
S: Yes. It's fine.
N: Please let me know if there is anything.

N: Ms. Sato, we will go over the step. Please hold on the armrest and lean against the backrest.
S: I got it.

Nguyễn: Bây giờ cháu bắt đầu đẩy xe lăn đi được không ạ?
Bà Satou: Ừ.
N: Cháu sẽ đẩy chậm bà nhé. Tốc độ thế này được không bà?
S: Ừ, thế này là được rồi cháu ạ.
N: Nếu bà thấy có vấn đề gì thì bà nói với cháu nhé.

N: Bà Satou ơi, bây giờ mình sẽ đi qua một bậc thang phía trước bà nhé. Bà nắm chắc vào tay vịn, và ngồi dựa lưng vào xe nhé.
S: Ừ, bà biết rồi.

介護士の行動	声かけ
⑥段差をおりる Go down the step Xuống gờ, bậc thang 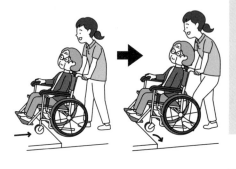	グエン：こんどは、段差を おりますね。 　　　　後ろ向きで おりますね。 Point14 佐藤：ええ。 グエン：ゆっくり おりますので、安心して ください ね。 佐藤：ありがとう。
⑦座位の安定と体調の確認 Check the stability of the sitting position and the physical condition Xác nhận thể trạng và sự ổn định, an toàn của tư thế ngồi	グエン：しっかり 座って いますか。 Point15 　　　　気分は 悪く ないですか。 Point15 佐藤：ええ。だいじょうぶよ。 グエン：よかったです。 　　　　もうすぐ 着きますよ。

2 移乗・移動の介助

Point14 段差や坂道の車いす介助
(だんさ さかみち くるま かいじょ)

Wheelchair assistance on steps and slopes
Hỗ trợ di chuyển bằng xe lăn khi đi qua gờ, bậc thang hay đường dốc

> 後ろ向きでおりますね。
> (うし む)

車いす介助で段差をおりるとき、坂道をくだるときは、後ろ向きでおりると安全です。また、利用者さんの不安も少なくなります。

When going down a step or a slope in wheelchair, it is safe to move backward. Moving backward also makes the user feel more secure.

Trong quá trình hỗ trợ di chuyển bằng xe lăn, những khi phải xuống gờ, bậc thang, hay xuống dốc, nếu cho xe lăn đi giật lùi, sẽ đảm bảo an toàn hơn. Hơn nữa, điều đó cũng sẽ giúp giảm bớt sự lo lắng của người sử dụng dịch vụ.

Point15 座位・体調の確認
(ざい たいちょう かくにん)

Check the sitting position/physical condition
Xác nhận vị trí ngồi, tình trạng cơ thể

> しっかり座っていますか。　気分は悪くないですか。
> (すわ)　　　　　　　　　　(きぶん わる)

移動中、利用者さんが車いすからずり落ちそうになっていないか、また、手足や衣服が危険な状態になっていないか、常に座位の安全確認をしましょう。また、こまめに体調確認をすることも大切です。

Check the user's sitting position at all times during transfer to make sure that the user is not to slide down from the wheelchair and the user's limbs and clothes are in the safe position. Also, it is important to frequently check the user's physical condition.

Trong khi di chuyển, cần xác nhận thường xuyên sự an toàn của tư thế ngồi, kiểm tra xem người sử dụng dịch vụ có khả năng bị trượt ngã khỏi xe lăn hay không, hoặc vị trí chân tay, trạng thái trang phục có vấn đề gì nguy hiểm hay không. Ngoài ra, việc xác nhận thường xuyên thể trạng của người sử dụng dịch vụ cũng rất quan trọng.

Nguyen: This time, we will go down the step. We will move backward.
Sato: Okay.
N: We will go down slowly, so please feel secure.
S: Thank you.

N: Are you sitting stably? Don't you feel sick?
S: I'm fine.
N: That's good. We will get there soon.

Nguyên: Bây giờ cháu sẽ đẩy xe xuống bậc thang (gờ cao) bà nhé. Cháu sẽ cho xe đi giật lùi nhé bà.
Bà Satou: Ừ.
N: Cháu sẽ cho xe xuống từ từ, nên bà cứ yên tâm nhé.
S: Bà cảm ơn cháu.

N: Bà đã ngồi chắc chưa ạ? Bà có thấy khó chịu ở đâu không ạ?
S: Ừ, bà không sao đâu cháu.
N: Vậy thì tốt quá ạ. Mình sắp đến nơi rồi ạ.

介護士の行動	声かけ

⑧移動の完了

Complete the transfer
Hoàn thành việc di chuyển

グエン：佐藤さん、リハビリルームに　着きましたよ。

リハビリ　がんばって　くださいね。

また　30分後に　迎えに　来ますから。

Point16

佐藤：ええ、ありがとう。　よろしくね。

2 移乗・移動の介助

Point 16 介助者の行動を伝える　　Tell the caregiver's actions
Thông báo cho người sử dụng dịch vụ về thao tác của người hỗ trợ

> また30分後に迎えに来ますから。

介助者の行動、これからの予定を利用者さんに伝えましょう。そうすることで、利用者さんは安心してリハビリに取り組むことができます。

Tell the user the caregiver's actions and plans. With knowing what will happen next, the user can work on rehabilitation with a sense of security.

Hãy thông báo cho người sử dụng dịch vụ về những dự định, những việc làm sau đây của người hỗ trợ. Điều này sẽ giúp cho người sử dụng dịch vụ có thể an tâm và tập trung cố gắng vào buổi điều trị vật lý trị liệu.

Nguyen: Ms. Sato, we have arrived at the rehabilitation room. Please do your best on rehabilitation. I will pick you up in 30 minutes.
Sato: Okay. Thank you very much.

Nguyên: Bà Satou ơi, đã đến phòng vật lý trị liệu rồi ạ. Bà cố gắng trong buổi vật lý trị liệu hôm nay nhé. 30 phút sau cháu sẽ đến đón bà ạ.
Bà Satou: Ừ, cảm ơn cháu. Nhờ cháu nhé.

わたしだけのことばとフレーズ

声かけ ④

2 移乗・移動の介助

杖歩行(つえほこう)

● キーワード

| 杖歩行 (つえほこう) — walking with a cane — đi bộ bằng gậy |
| 検査室 (けんさしつ) — lab (examination room) — phòng xét nghiệm |
| 嫌がる (いや) — dislike — ghét, không thích |
| 安全点検 (あんぜんてんけん) — safety check — kiểm tra an toàn |
| 事故(が 起きる) (じこ・お) — accident (happens) — tai nạn (Xảy ra tai nạn) |
| 立ちくらみ (た) — dizziness — sự hoa mắt, chóng mặt khi đứng lên nhanh |
| 症状 (しょうじょう) — symptom — triệu chứng, tình trạng |
| 順番 (じゅんばん) — order — thứ tự, trình tự |
| 戸惑う (とまど) — confused — lúng túng, bối rối |
| 平地歩行 (へいちほこう) — walking on a flat ground — đi bộ trên mặt đất bằng phẳng |
| 後方 (こうほう) — backward — phía sau |
| 前方 (ぜんぽう) — forward — phía trước |
| またぐ — step over — bước qua, băng qua |
| 上り下り (のぼお) — up and down — việc đi lên và đi xuống |
| 疲労度(が 大きい) (ひろうど) — tiring — Rất mệt mỏi, rất mệt nhọc |

●杖歩行のとき 🔊 MP3 13

山本　節子さん
女性　80歳
左足けが、杖を使って
歩行訓練中、認知症

介護士の行動	声かけ

①杖歩行の準備
Prepare for walking with a cane
Chuẩn bị đi bộ bằng gậy

グエン：山本さん、足の　けがも　だいぶ　良くなっ
たので　今日は　検査室まで　杖を　使って
歩きましょうか。 Point17

山本：そうね。

グエン：では、杖を　持って　きますから、少し
お待ち　くださいね。

山本：ええ。

②杖を渡す・安全点検済を伝える
Pass the cane/tell the safety check has been done
Đưa gậy cho người sử dụng dịch vụ và thông báo về việc đã kiểm tra độ an toàn của đường đi

グエン：おまたせ　しました。
杖と　通路の　安全点検は　済んで　います
から、安心して　くださいね。 Point18

山本：ありがとう。

2 移乗・移動の介助

Point 17 希望の確認　Check the user's request / Xác nhận nguyện vọng

> 山本さん、足のけがもだいぶ良くなったので今日は検査室まで杖を使って歩きましょうか。

利用者さんの希望を確認する声かけを心がけましょう。利用者さんの体調は日によって異なります。利用者さんが杖歩行を嫌がるようなら、無理をせず、別の方法を考えましょう。

Try to have a dialogue to check the user's request. The user's physical condition varies depends on the day. If the user is not willing to walk with a cane, do not push him/her and think about another way.

Hãy cùng lưu tâm đến việc hỏi han, xác nhận nguyện vọng của người sử dụng dịch vụ. Thể trạng của người sử dụng dịch vụ sẽ khác nhau theo từng ngày. Nếu người sử dụng dịch vụ không muốn đi bộ bằng gậy, thì không nên gượng ép, mà cần suy nghĩ tìm kiếm phương pháp khác.

Point 18 杖と通路の安全確認　Safety check for the cane and the passage / Xác nhận sự an toàn của gậy và đường đi

> 杖と通路の安全点検は済んでいますから、安心してくださいね。

杖歩行を始める前に、杖の安全と通路の安全を確認し、事故が起きないようにしましょう。

Before starting to walk with a cane, check the cane and the passage for safety to prevent accidents.

Trước khi bắt đầu đi bộ bằng gậy, cần xác nhận sự an toàn của gậy và đường đi, tránh xảy ra bất cứ tai nạn nào.

Nguyen: Ms. Yamamoto, will you walk with a cane to the lab today since your leg injury is getting better?
Yamamoto: Yes, I will.
N: I will bring a cane, so please wait a moment.
Y: Okay.

N: Thank you for waiting. The cane and the passage have been checked for safety, so please feel secure.
Y: Thank you.

Nguyên: Bà Yamamoto ơi, vết thương ở chân của bà đã khá hơn nhiều rồi, nên hôm nay bà cháu mình sẽ cùng sử dụng gậy để đi bộ đến phòng xét nghiệm bà nhé.
Bà Yamamoto: Ừ.
N: Vậy bà chờ cháu một chút nhé, cháu sẽ mang gậy tới ạ.
Y: Ừ, cháu đi đi.

N: Cháu xin lỗi vì để bà chờ ạ. Cháu đã kiểm tra độ an toàn của đường đi, bà yên tâm bà nhé.
Y: Bà cảm ơn cháu.

介護士の行動	声かけ
③立ちあがりの準備 Prepare for standing up Chuẩn bị hỗ trợ đứng lên 	グエン：立ちあがる ために、少し 浅く 座りましょう。 右側を 前に ずらして いただけますか。 左側は 私が お手伝いしますね。 足は しっかり 床に ついて いますね。 山本：ええ。ついているわよ。 グエン：それでは これから 立ちあがりましょう。 右足を 少し 後ろに ひいて いただけますか。 右手で 柵を しっかり にぎって いただけますか。
④立ちあがり介助 Assist in standing up Hỗ trợ đứng lên 	グエン：前かがみに なって、ゆっくり 立って いただけますか。 私が 左側を 支えますね。 Point19 いち、にの、さん。 めまいは しませんか。 Point20 山本：ええ、だいじょうぶ。

2 移乗・移動の介助

Point19 患側を支える
（かんそく ささ）
Support the affected side
Đỡ bên cơ thể yếu hơn của người sử dụng dịch vụ

> 私が左側を支えますね。
> （わたし ひだりがわ ささ）

介助者は利用者さんの患側を支えることを伝え、安心してもらいましょう。
Tell the user that you are going to support the affected side and reassure him/her.

Để giúp người sử dụng dịch vụ cảm thấy an tâm, người hỗ trợ cần truyền đạt về việc mình sẽ đỡ bên cơ thể yếu hơn của người sử dụng dịch vụ.

Point20 体調の確認
（たいちょう かくにん）
Check the physical condition
Xác nhận tình trạng cơ thể

> めまいはしませんか。

立ちあがったときに、めまいや立ちくらみの症状がないか確認しましょう。
Check for the symptoms of dizziness when the user stands up.

Sau khi đứng dậy, cần xác nhận xem người sử dụng dịch vụ có cảm thấy hoa mắt, chóng mặt vì đứng lên nhanh hay không.

Nguyen: Please sit on the edge to stand up. Can you please shift your body on the right side forward? I will help on the left side. Your legs are stably on the floor, right?
Yamamoto: Yes, they are.
N: Then, let's get started. Can you pull your right leg backward slightly? Can you hold the bed rail tightly?

N: Can you lean forward and stand up slowly? I will support the left side. One, two, three. Do you feel dizzy?
Y: No, I'm fine.

Nguyên: Bây giờ bà ngồi sát ra mép giường một chút để mình cùng đứng dậy bà nhé. Bà nhích bên phải về trước giúp cháu được không ạ? Cháu sẽ giúp bà di chuyển bên trái ạ. Chân bà đã chạm hẳn tới sàn rồi đúng không ạ?
Bà Yamamoto: Ừ, chạm tới sàn rồi cháu ạ.
N: Vậy bây giờ bà cháu mình sẽ cùng đứng dậy nhé. Bà lùi chân phải ra phía sau một chút được không ạ? Tay phải bà nắm chắc vào thanh chắn giường giúp cháu nhé.

Nguyên: Bây giờ bà hơi đổ người về phía trước một chút, rồi đứng lên chậm rãi được không ạ? Cháu sẽ đỡ bên trái của bà ạ. 1,2,...3. Bà có thấy chóng mặt không ạ?
Bà Yamamoto: Ừ, bà không sao cháu ạ.

介護士の行動	声かけ

⑤杖歩行時の注意点

Points to be noted when walking with a cane
Điểm cần lưu ý khi đi bộ bằng gậy

グエン：では、右手で 杖を 持って くださいね。

山本：はい。

グエン：杖、左足、右足の 順番で 歩きましょう。 Point21

私が 後ろから ついて 行きますので、安心して ください。 Point22

⑥杖歩行介助

Assist in walking with a cane
Hỗ trợ đi bộ bằng gậy

グエン：杖、左足、右足。

杖、左足、右足。

ゆっくりで だいじょうぶですよ。

上手ですね。

────────────────

グエン：少し 休みましょうか。

山本：ううん。だいじょうぶ、だいじょうぶよ。

Point 21　歩行の順番の声かけ
ほこう　じゅんばん　こえ

Tell the order of walking steps
Mô tả cho người sử dụng dịch vụ về trình tự chân khi di chuyển

> 杖、左足、右足の順番で歩きましょう。
> つえ　ひだりあし　みぎあし　じゅんばん　ある

杖歩行を始めるときは、杖と足を出す順番を伝え、安全な歩行を促しましょう。順番がわからなくて戸惑う利用者さんの場合は、歩いているときも、繰り返し声をかけましょう。

When the user is going to walk with a cane, tell him/her the order of placing the cane and the legs to walk safely. If the user is confused about the order, keep telling him/her while walking.

Trước khi bắt đầu đi bộ bằng gậy, để đảm bảo người sử dụng dịch vụ bước đi một cách an toàn, hãy mô tả cho người sử dụng dịch vụ về trình tự của chân và gậy. Nếu người sử dụng dịch vụ lúng túng vì không nhớ trình tự bước đi, hãy mô tả lại nhiều lần trong suốt quá trình đi bộ.

Point 22　介助者の立つ位置（平地歩行）
かいじょしゃ　た　いち　へいちほこう

The caregiver's standing position (walking on a flat ground)
Vị trí đứng của người hỗ trợ (Khi đi bộ trên mặt đất phẳng)

> 私が後ろからついて行きますので、安心してください。
> わたし　うし　い　あんしん

利用者さんがバランスを崩して倒れそうになったときなど、すぐに支えられるように、介助者は利用者さんの患側後方に立ちましょう。

Stand behind the user on the affected side so that the caregiver can support quickly in case the user loses the balance or falls.

Người hỗ trợ cần đứng lùi về phía sau, bên phần cơ thể không khỏe của người sử dụng dịch vụ, để có thể hỗ trợ được ngay nếu người sử dụng dịch vụ bị mất cân bằng và có nguy cơ bị ngã.

Nguyen: Please hold a cane with your right hand.
Yamamoto: Okay.
N: Please walk by placing the cane, the left leg, and the right leg in order. I will follow you from behind, so please feel secure.

N: The cane, the left leg, the right leg. The cane, the left leg, the right leg. Please take your time. You are doing great.

N: Do you want to take a rest?
Y: No, I'm fine. Thank you.

Nguyên: Bây giờ bà cầm gậy bằng tay phải giúp cháu nhé.
Bà Yamamoto: Ừ.
N: Bà cháu mình cùng đi bộ theo trình tự gậy, chân trái, rồi đến chân phải bà nhé. Cháu sẽ đi ngay sau bà, nên bà cứ an tâm ạ.

N: Gậy, chân trái, chân phải. Gậy, chân trái, chân phải. Bà đi chậm thôi ạ. Bà làm đúng rồi đấy ạ.

N: Bà có muốn nghỉ một chút không ạ?
Y: Thôi, không sao, không sao đâu cháu.

介護士の行動	声かけ

⑦階段をあがる
Go up the stairs
Lên cầu thang

グエン：階段を あがりましょうね。

　　　杖を 1段上に 出して、次に 右足から

　　　あがって くださいね。

　　　私が 後ろで 支えますので、安心して

　　　ください。 Point23

山本：ありがとう。安心だわ。

グエン：杖、右足、左足。

　　　ゆっくり 上がりましょう。

⑧階段をおりる
Go down the stairs
Xuống cầu thang

グエン：今度は、階段を おりましょうね。

　　　杖を 1段下に 出して、次に 左足から

　　　おりて くださいね。

　　　杖、左足、右足。

　　　杖、左足、右足。

　　　私が 前で 支えますので、安心して

　　　ください。 Point24

Point23　階段をあがるとき
When you go up the stairs
Khi lên cầu thang

> 私が後ろで支えますので、安心してください。

階段をあがるときは、転落の危険がないように、介助者は利用者さんの患側後方に段をまたいで立ちましょう。

When going up the stairs, the caregiver stands behind the user on the affected side to prevent falls.

Khi lên cầu thang, để người sử dụng dịch vụ không gặp nguy cơ bị ngã, người hỗ trợ phải bước một chân lên bậc phía trên và đứng lùi về sau phía cơ thể yếu hơn của người sử dụng dịch vụ.

Point24　階段をおりるとき
When you go dowin the stairs
Khi xuống cầu thang

> 私が前で支えますので、安心してください。

階段をおりるときは、介助者は利用者さんの患側前方に、段をまたいで立ちましょう。

When going down the stairs, the caregiver stands in front of the user on the affected side.

Khi xuống cầu thang, người hỗ trợ phải bước một chân xuống bậc phía dưới và đứng về phía trước phía bên cơ thể yếu hơn của người sử dụng dịch vụ.

Nguyen: Let's go up the stairs. Please place the cane on one step above and walk up from the right leg. I will support from behind, so please don't worry.
Yamamoto: Thank you. I'm not worried.
N: The cane, the right leg, the left leg. Please go up slowly.

N: Next, we are going down the stairs. Please place the cane on one step below and walk down from the left leg. The cane, the left leg, the right leg. The cane, the left leg, the right leg. I will support in front of you, so please don't worry.

Nguyên: Bây giờ mình sẽ cùng lên cầu thang bà nhé. Đầu tiên bà hãy đặt gậy lên bậc thang trước ạ, sau đó bà hãy bước chân phải lên bậc thang nhé. Cháu sẽ đỡ bà ở phía sau, nên bà cứ an tâm ạ.
Bà Yamamoto: Cảm ơn cháu. Có cháu là bà yên tâm rồi.
N: Gậy, chân phải, chân trái. Bà cứ đi chậm rãi thôi ạ.

N: Bây giờ, mình sẽ xuống cầu thang ạ. Bà đặt gậy xuống bậc thang trước, sau đó bà hãy hạ chân trái xuống nhé. Gậy, chân trái, chân phải. Gậy, chân trái, chân phải. Cháu sẽ đỡ bà ở phía trước, nên bà cứ an tâm ạ.

介護士の行動	声かけ
⑨平地歩行への切り替えを知らせる・体調の確認 Notify the change to walk on a flat ground/check the physical condition Thông báo về việc chuyển sang đi bộ trên mặt đất bằng phẳng, xác nhận tình trạng cơ thể 	グエン：検査室の 階に 着きました。 ゆっくり 進みましょうね。 あと、もう少しですよ。 グエン：検査室に 着きましたよ。お疲れ様でした。 Point25 体調は いかがですか。 Point25 山本：だいじょうぶよ。

Point25 体調の確認　Check the physical condition / Xác nhận tình trạng cơ thể

> 検査室に着きましたよ。お疲れ様でした。

> 体調はいかがですか。

杖歩行や、階段の上り下りは、利用者さんの疲労度が大きい動作です。「お疲れ様でした」と声をかけ、体調が悪くなっていないかどうか確認することが大切です。

Walking with a cane or walking up/down the stairs are tiring actions for the user. It is important to say "thank you for your hard work" and check the physical condition.

Đi bộ bằng gậy, và lên xuống cầu thang là những động tác khiến cho người sử dụng dịch vụ cảm thấy rất mệt. Việc có những câu nói đồng cảm như "お疲れ様でした (ông (bà) đã vất vả rồi)", hay xác nhận xem tình trạng sức khỏe của người sử dụng dịch vụ có vấn đề gì hay không là rất quan trọng.

Nguyen: We have arrived on the ○ floor where the lab is located. Please walk slowly. We are almost there.
N: We have arrived at the lab. Thank you for your hard work. How are you feeling?
Yamamoto: I'm all right.

Nguyên: Đã đến tầng có phòng xét nghiệm rồi ạ. Bây giờ bà cháu mình cùng đi đến phòng xét nghiệm thật từ từ nhé. Còn một chút nữa thôi là tới rồi ạ.
N: Đã đến phòng xét nghiệm rồi ạ. Bà đã vất vả rồi. Bà thấy trong người có ổn không ạ?
Bà Yamamoto: Ừ, bà không sao.

■杖と足の順番　Order of the cane and the legs / Trình tự của chân và gậy

杖は、利用者の健側の手に渡しましょう。
正しい順番で杖と足を動かすように、声をかけましょう。

Pass the cane to the user's unaffected-side hand.
Tell the user to move the cane and the legs in the correct order.

Hãy đưa gậy vào bên tay khỏe hơn của người sử dụng dịch vụ.
Hãy mô tả để người sử dụng dịch vụ có thể di chuyển gậy và chân theo đúng trình tự.

平地歩行： 杖 ⇒ 患足 ⇒ 健足
階段（上り）： 杖 ⇒ 健足 ⇒ 患足
階段（下り）： 杖 ⇒ 患足 ⇒ 健足

Walking on a flat ground: cane ⇒ affected leg ⇒ unaffected leg
Walking up the stairs: cane ⇒ unaffected leg ⇒ affected leg
Walking down the stairs: cane ⇒ affected leg ⇒ unaffected leg

Đi bộ trên mặt đất bằng: Gậy ⇒ Chân yếu ⇒ Chân khỏe
Khi lên cầu thang: Gậy ⇒ Chân khỏe ⇒ Chân yếu
Khi xuống cầu thang: Gậy ⇒ Chân yếu ⇒ Chân khỏe

タスク

●今(いま)まで練習(れんしゅう)した声(こえ)かけの会話(かいわ)を、次(つぎ)のパターンでもう一度(いちど)練習(れんしゅう)してみましょう。

Let's practice the dialogues again with the following pattern.
Bây giờ, chúng ta hãy thử luyện tập lại một lần nữa những đoạn hội thoại đã học cho đến bây giờ, theo những mẫu dưới đây.

1 利用者(りようしゃ)さんの行動(こうどう)に対(たい)して、**ほめる言葉(ことば)や、お礼(れい)（感謝(かんしゃ)）の言葉(ことば)**を加(くわ)えて、会話(かいわ)をしてみましょう。

Add some words of praise and thanks (gratitude) for the user's actions.
Hãy thử luyện tập hội thoại, có thêm vào những câu khen ngợi, cảm ơn đối với hành động của người sử dụng dịch vụ.

2 **「～てくださいね」「～ね」**など、少(すこ)しカジュアルな言葉(ことば)に変(か)えて、会話(かいわ)をしてみましょう。

Make the dialogues more casual by using "～ tekudasai ne" or "～ ne".
Hãy thử luyện tập hội thoại, có sử dụng một số các từ ngữ mang tính chất thân mật, gần gũi như "～てくださいね" (ông (bà) hãy ~ nhé), "～ね"(~ nhỉ)".

到達度チェック

Achievement check
Kiểm tra mức độ hiểu bài

● 声かけの練習が終わった後に、次の目標に到達できたか確認をしましょう。

Let's check if you have achieved the following goals after completing the dialogue practice.
Sau khi hoàn thành phần luyện tập những câu nói thường dùng khi hỏi han, giải thích, trò chuyện, bạn đọc cần xác nhận xem mình đã đạt được những mục tiêu sau đây hay chưa.

声かけ 1

☐ 体位変換の際、方法や手順について、利用者に簡単な言葉で声かけができる。

When you change the user's posture, you can talk to him/her in simple words about the method and the procedure.
Có thể sử dụng những từ đơn giản để giải thích cho người sử dụng dịch vụ về phương pháp và trình tự các bước khi thay đổi tư thế cơ thể.

☐ 利用者の体調や、安定した座位を確認する声かけができる。

You can check the user's physical condition and the stable sitting position.
Có thể hỏi han về thể trạng của người sử dụng dịch vụ và xác nhận sự ổn định của tư thế ngồi.

声かけ 2

☐ 移乗介助の際、方法や手順、移乗のタイミングについて、利用者に簡単な言葉で声かけができる。

When you assist the transfer, you can talk to the user in simple words about the method, the procedure, and the timing.
Có thể giải thích một cách đơn giản cho người sử dụng dịch vụ về phương pháp, trình tự thực hiện, hay thời điểm phù hợp để di chuyển trong quá trình hỗ trợ di chuyển sang xe lăn.

☐ 利用者の体調や、安定した座位を確認する声かけができる。

You can check the user's physical condition and the stable sitting position.
Có thể hỏi han về thể trạng của người sử dụng dịch vụ và xác nhận sự ổn định của tư thế ngồi.

声かけ 3

☐ 車いすで移動の際、車いすを押すスピードについて、利用者に簡単な言葉で声かけができる。

When you assist the transfer in a wheelchair, you can talk to the user in simple words about the wheelchair speed.
Có thể sử dụng các từ đơn giản để xác nhận với người sử dụng dịch vụ về tốc độ đẩy xe lăn trong quá trình di chuyển bằng xe lăn.

☐ 車いすで段差の上り下りをする際、方法や手順について、利用者に簡単な言葉で声かけができる。

When the user goes over or down the step in a wheelchair, you can talk to the user in simple words about the method and the procedure.
Có thể giải thích bằng các từ ngữ đơn giản cho người sử dụng dịch vụ về phương pháp và trình tự các bước khi lên xuống gờ, bậc thang bằng xe lăn.

声かけ 4

☐ 立ちあがり介助の際、方法や手順について、利用者に簡単な言葉で声かけができる。

When you assist the user to stand up, you can talk to the user in simple words about the method and the procedure.
Có thể giải thích một cách đơn giản cho người sử dụng dịch vụ về phương pháp và trình tự thực hiện khi hỗ trợ đứng lên.

☐ 杖歩行の際、杖と足を出す順番や歩くスピードなどについて、利用者に簡単な言葉で声かけができる。

When the user walks with a cane, you can talk to the user in simple words about the order of placing the cane and the legs or the walking speed.
Có thể giải thích một cách đơn giản cho người sử dụng dịch vụ về trình tự của gậy, chân, và tốc độ đi bộ trong quá trình đi bộ bằng gậy.

わたしだけのことばとフレーズ

③ 食事の介助
しょくじ かいじょ

Mealtime assistance
Hỗ trợ ăn uống

考えましょう

1 食事介助が 必要な 人は、どんな 人だと 思いますか。
What kind of person needs mealtime assistance?
Theo bạn, những người cần hỗ trợ về ăn uống là những người như thế nào?

2 食事介助の ときに、気を つけなければ ならないことは 何ですか。
What do you need to be careful in mealtime assistance?
Điều cần phải chú ý khi hỗ trợ ăn uống là gì?

ことば①

食事と口腔ケア
しょくじ こうくう

Meal and oral care
Bữa ăn và chăm sóc khoang miệng

	日本語	英語	ベトナム語
1	主食（しゅしょく）	staple food	bữa ăn chính
2	汁物（しるもの）	soup	súp
3	主菜（しゅさい）	main dish	món chính
4	副菜（ふくさい）	side dish	món phụ
5	食札／名札（しょくさつ／なふだ）	meal tag/name tag	phiếu thực đơn/ phiếu tên (đi kèm khay đồ ăn)
6	お盆／トレー（ぼん）	tray	khay đựng đồ ăn
7	とろみ粉／とろみ剤（こ／ざい）	thickening agent	bột tạo độ sánh/ Chất tạo độ sánh
8	おしぼり／お手拭き（てふ）	hand towel	khăn ướt/ Khăn lau tay
9	布巾（ふきん）	dishcloth	khăn lau bát đũa
10	エプロン	apron	tạp dề
11	配膳車（はいぜんしゃ）	serving cart	xe chuyển đồ ăn
12	歯ブラシ（は）	toothbrush	bàn chải đánh răng
13	歯みがき粉（は　こ）	toothpaste	kem đánh răng
14	口腔スポンジブラシ（こうくう）	oral sponge brush	bàn chải bọt biển chuyên dùng để vệ sinh khoang miệng
15	歯間ブラシ（しかん）	interdental brush	bàn chải làm sạch kẽ răng
16	総入れ歯／総義歯（そういば／そうぎし）	total denture	răng giả toàn bộ
17	部分入れ歯（ぶぶんいば）	partial denture	răng giả một phần
18	前歯（まえば）	front teeth	răng cửa
19	奥歯（おくば）	back teeth	răng hàm
20	上の歯（うえ　は）	upper teeth	răng thuộc hàm trên
21	下の歯（した　は）	lower teeth	răng thuộc hàm dưới
22	舌（した）	tongue	lưỡi
23	ガーグルベースン	gargle basin	khay quả đậu (dùng để chứa nước súc miệng)

ことば②

食器 (しょっき) Tableware
Bát đũa (※ Tên gọi chung của các đồ vật dưới đây)

	日本語	英語	ベトナム語
1	茶わん	rice bowl	bát ăn cơm (thường là đồ gốm, sứ)
2	おわん	bowl	bát để đựng canh, súp (thường làm từ gỗ)
3	皿（さら）	plate	đĩa
4	小皿（こざら）	small plate	đĩa nhỏ
5	小鉢（こばち）	small bowl	bát nhỏ
6	湯のみ（ゆ）	cup	cốc (làm bằng gốm, sứ, thường dùng để uống đồ nóng)
7	コップ	glass	cốc nói chung
8	はし	chopsticks	đũa
9	割りばし（わ）	disposable wooden chopsticks	đũa dùng một lần
10	スプーン	spoon	thìa
11	フォーク	fork	dĩa
12	自助具（じじょぐ）	self-help device	dụng cụ hỗ trợ
13	吸い飲み（すの）	feeding cup	bình/cốc có vòi để uống nước

フレーズ

●声かけで 使う フレーズを おぼえましょう。

1	行く	食堂へ 行きましょう。 Let's go to the dining room. Chúng ta cùng đi đến nhà ăn thôi.
2	済む	トイレは お済みですか。 Did you go to the toilet? Ông (bà) đã đi vệ sinh chưa ạ?
3	拭く	手を 拭きましょうね。 Please wipe your hand. Ông (bà) hãy lau tay nhé.
4	つける	エプロンを つけましょうか。 Shall I put on the apron? Để cháu đeo tạp dề cho ông (bà) nhé.
5	飲む	お茶を 飲んで いただけますか。 Can you please drink some tea? Ông (bà) uống trà giúp cháu được không?
6	食べる	ご自分で 食べられますか。 Can you eat by yourself? Ông (bà) tự ăn được không ạ?
7	召し上がる	きれいに 召し上がりましたね。 You ate well. Ông (bà) đã ăn được hết các món hôm nay rồi nhỉ.
8	はずす	エプロンを はずしますね。 I will take off the apron. Cháu sẽ tháo tạp dề ra nhé.
9	下げる	食器を 下げますね。 I will take the dishes. Cháu sẽ dọn dẹp bát đũa nhé.

声かけ①

3 食事の介助

食事の介助
しょくじ かいじょ

● キーワード

食卓／テーブル しょくたく table bàn ăn	**献立** こんだて menu thực đơn
上肢 じょうし upper limbs cánh tay, chi trên	**水分** すいぶん water thành phần nước, lượng nước
前傾 ぜんけい leaning forward nghiêng, cúi về phía trước	**嚥下障害** えんげしょうがい swallowing disorder chứng khó nuốt, gặp trở ngại trong việc nuốt
姿勢 しせい posture tư thế	**下膳** げぜん／さげぜん clearing the dishes dọn dẹp bàn ăn
誤嚥 ごえん aspiration, misswallowing sặc	**顔色** かおいろ complexion sắc mặt
間隔 かんかく space khoảng cách	**逆流** ぎゃくりゅう reflux trào ngược
適切（な） てきせつ appropriate thích hợp, phù hợp	**上体** じょうたい upper body nửa thân trên
配膳 はいぜん serving the dishes bày trí, bày biện đồ ăn	

101

●食事のとき 🔊 MP3 14

松本　実さん
男性　78歳
左片麻痺、車いす利用

介護士の行動	声かけ

①食事の時間を伝える
Tell the time for meals
Thông báo giờ ăn

ジョン：松本さん、おはようございます。
　　　　ご気分は　いかがですか。
松本：うん、いいよ。
ジョン：もうすぐ　お食事なので、食堂へ　行きましょうか。
松本：うん。

②排せつの確認
Wake (the user) up
Xác nhận nhu cầu đi vệ sinh

ジョン：お食事の　前に　トイレに　寄りますか。 Point1
松本：ううん。だいじょうぶ。
　　　（※）

- -

ジョン：食堂に　着きましたよ。

③食卓の高さの確認
Open the curtain
Xác nhận chiều cao bàn ăn

ジョン：食卓と　車いすの　高さは　合って　いますね。 Point2
松本：うん。
ジョン：左手を　テーブルに　のせますね。 Point2

※仰臥位から端座位への体位変換（P57～参照）
　車いすへの移乗介助（P63～参照）
　車いすの移動介助（P71～参照）

3 食事の介助

Point 1 排せつの確認
Check toileting needs
Xác nhận nhu cầu đi vệ sinh

> お食事の前にトイレに寄りますか。

落ち着いてゆっくり食事をしてもらうために、食事の前には排せつをするかどうか聞きましょう。

Ask the user if he/she needs to go to the toilet before mealtime to provide relaxed and sufficient mealtime.

Để người sử dụng dịch vụ có thể dùng bữa một cách thong thả, thoải mái, trước bữa ăn, cần xác nhận xem người sử dụng dịch vụ có muốn đi vệ sinh hay không.

Point 2 食事の姿勢
Posture during eating
Tư thế ngồi ăn

> 食卓と車いすの高さは合っていますね。

> 左手をテーブルにのせますね。

食事の際の安定した座位は、安全に食事をするためにとても大切です。両足を床につけて、患側の上肢を食卓（テーブル）の上にのせます。そして、頭部がやや前傾した姿勢をとると誤嚥しにくくなります。食卓と車いすの高さ、間隔が適切かどうか確認しましょう。車いすの場合は、できるだけフットサポートをあげて両足を床につけましょう。

It is important to keep the stable sitting position during mealtime for safety. The both legs should be touched on the floor and the unhealthy arm should be placed on the table. Also, the head should be slightly leaned forward to prevent misswallowing. Check if the table height is fit to the wheelchair and the space between the table and the wheelchair is appropriate. If the user sits in the wheelchair, it's better to raise the foot support and place both feet on the floor.

Tư thế ngồi ổn định khi ăn rất quan trọng trong việc giúp người sử dụng dịch vụ có thể dùng bữa một cách an toàn. Hai chân phải chạm xuống mặt sàn, và cánh tay bên bị bệnh phải được đặt lên trên bàn ăn. Đồng thời, nếu ngồi ăn trong tư thế đầu hơi nghiêng về phía trước, thì hiện tượng sặc, nghẹn sẽ khó xảy ra hơn. Thêm vào đó, hãy cùng xác nhận xem chiều cao và khoảng cách giữa bàn ăn và xe lăn đã thích hợp hay chưa. Nếu người sử dụng dịch vụ đang ngồi trên xe lăn, hãy nhấc bàn để chân lên và để hai chân người sử dụng dịch vụ chạm hẳn xuống mặt sàn.

John: Good morning, Mr. Matsumoto. How are you today?
Matsumoto: I'm good.
J: It's about mealtime. Shall we go to the dining room?
M: Sure.

J: Do you need to go to the toilet before the meal?
M: No. I'm fine.
J: We have arrived at the dining room.

J: Is the height of the table fit for the wheelchair?
M: Yes, it is.
J: I will put your left arm on the table.

John: Cháu chào buổi sáng, ông Matsumoto. Ông thấy trong người thế nào ạ?
Ông Matsumoto: Ừ, ông ổn cháu ạ.
J: Sắp đến giờ ăn rồi, ông cháu mình cùng đi đến nhà ăn nhé.
M: Ừ.

J: Trước khi đi ăn, ông có muốn đi vệ sinh không ạ?
M: Ừ, không cần đâu cháu.
J: Đã tới nhà ăn rồi ạ.

J: Độ cao của xe lăn thế này là vừa với bàn ăn rồi ông nhỉ?
M: Ừ.
J: Cháu đặt tay trái của ông lên bàn ăn nhé.

介護士の行動	声かけ

④手を清潔にする

Clean the hands
Vệ sinh tay

ジョン：手を 拭きましょうか。

松本：うん。

ジョン：右手を 拭きますね。（おしぼりで拭く）
松本さん、ご自分で 左手を 拭いて いた
だけますか。 Point3

松本：うん。

⑤エプロンをつける

Put on an apron
Đeo tạp dề

ジョン：エプロンを つけましょうか。 Point4

松本：うん。

ジョン：しつれいします。エプロンを つけますね。
食事を 持って きますから、少し お待ち
くださいね。

3 食事の介助

Point3 残存機能の活用
ざんぞんきのうのかつよう
Utilize the residual function
Tận dụng những chức năng còn khỏe của cơ thể

> ご自分で左手を拭いていただけますか。
> じぶん ひだりて ふ

残存機能を活かすために、健側の手を使って、患側の手を拭いてもらうように声をかけましょう。
ざんぞんきのう い けんそく て つか かんそく て ふ こえ

Encourage to wipe the affected hand with the unaffected hand to utilize the residual function.

Để phát huy được những chức năng còn khỏe của cơ thể, cần gợi ý để người sử dụng dịch vụ sử dụng tay còn khỏe để lau bên tay đang bị bệnh.

Point4 希望をきく
きぼう
Ask requests
Hỏi nguyện vọng của người sử dụng dịch vụ

> エプロンをつけましょうか。

エプロンをつけることを嫌がる利用者さんもいるかもしれません。エプロンをつけるかどうか、利用者さんの希望をききましょう。
いや りようしゃ りょうしゃ きぼう

Some users may not like to use an apron. Ask the user if he/she wants to put it on.

Có thể sẽ có những người sử dụng dịch vụ không thích đeo tạp dề, nên cần hỏi nguyện vọng của người sử dụng dịch vụ là có muốn dùng tạp dề hay không.

John: Shall I wipe your hands?
Matsumoto: Yes, please.
J: I will wipe your right hand. (wipe with a hand towel)
Mr. Matsumoto, can you wipe your left hand by yourself?
M: Yes, I can.

J: Shall I put on the apron?
M: Yes, please.
J: Excuse me. I will put on the apron and bring your meal. Please wait a moment.

John: Cháu lau tay giúp ông nhé.
Ông Matsumoto: Ừ.
J: Cháu sẽ lau tay phải ạ. (Lau bằng khăn ướt)
Ông Matsumoto ơi, bây giờ ông tự lau tay trái giúp cháu được không ạ?
M: Ừ.

J: Cháu mặc tạp dề cho ông nhé.
M: Ừ.
J: Cháu xin phép ạ. Cháu sẽ đeo tạp dề cho ông ạ. Bây giờ cháu sẽ đi lấy đồ ăn, ông chờ cháu một chút nhé.

介護士の行動	声かけ

⑥配膳・献立の説明

Explain the serving/the menu
Giải thích thực đơn và cách bày trí đồ ăn

ジョン：お待たせしました。
今日の 食事（献立）は、焼き魚と かぼちゃの 煮物ですよ。お好き ですか。 Point5

松本：うん。好きだよ。

⑦食事の見守り・介助

Watch and assist in eating
Theo dõi, hỗ trợ bữa ăn

ジョン：最初に お茶（お味噌汁・スープ）を 飲んで いただけますか。 Point6

ご自分で 食べられますか。

松本：うん。

ジョン：それでは、ゆっくり 召し上がって くださいね。

ジョン：いかがですか。

松本：うん。おいしいよ。

ジョン：かぼちゃを 小さく しましょうか。

松本：うん。おねがいするよ。

ジョン：わかりました。（かぼちゃを小さくする）
さあ どうぞ。

松本：ありがとう。

3 食事の介助

Point5 献立を説明する
Explain the menu
Giải thích về thực đơn

> 今日の食事（献立）は、焼き魚とかぼちゃの煮物ですよ。お好きですか。

今日の献立を説明し、「お好きですか」など会話を楽しむきっかけをつくります。食事への興味や楽しみが増えるような声かけをしましょう。

Explain the today's menu and start conversation by saying "Do you like it?" etc. Talk to the user to increase his/her interest and pleasure to eat.

Sau khi giải thích về thực đơn của ngày hôm nay, chúng ta có thể tạo ra những cơ hội để giúp cuộc hội thoại vui vẻ hơn, như đưa ra những câu hỏi thăm quan tâm: "ông (bà) có thích món này không ạ?". Hãy trò chuyện để người sử dụng dịch vụ cảm thấy hứng thú, vui vẻ hơn với bữa ăn.

Point6 食べ始める前に
Before eating
Trước khi bắt đầu ăn

> 最初にお茶（お味噌汁・スープ）を飲んでいただけますか。

食事のはじめにお茶などの水分でのどを潤すと、食べ物の通りがよくなり、誤嚥しにくくなります。ただし、利用者さんの状態によっては、水分でも誤嚥を起こすことがありますので、注意が必要です。嚥下障害のある利用者さんの場合は、とろみ剤を使うなどの工夫が必要です。

Moistening the throat with water or tea before eating makes swallowing easy and prevent misswallowing. However, you should be careful because some users may misswallow the food even if he/she drinks water before eating depending on the condition. For the user with swallowing disorder, you may need to use a thickening agent.

Trước khi ăn, nếu dùng nước (ví dụ như nước trà) làm trơn cổ họng, sẽ giúp đồ ăn đi qua cổ họng dễ dàng hơn, hạn chế được khả năng xảy ra hiện tượng nghẹn, sặc. Tuy nhiên, tùy vào tình trạng sức khỏe của người sử dụng dịch vụ, mà kể cả uống nước cũng vẫn có thể bị sặc. Do vậy cần hết sức chú ý. Với những người sử dụng dịch vụ mắc chứng khó nuốt, cần có sự chuẩn bị công phu như sử dụng chất tạo sánh cho đồ ăn.

John: Thank you for waiting. Today's menu is grilled fish and braised pumpkin. Do you like them?
Matsumoto: Yes. I like them.

J: Can you please have some tea (miso soup・soup) first? Can you eat by yourself?
M: Yes, I can.
J: Please take your time and enjoy your meal.

J: How is it?
M: It's delicious.
J: Do you want me to cut the pumpkin into small pieces?
M: Yes, please.
J: Okay. (Cut the pumpkin into small pieces) Here you go.
M: Thank you.

John: Cháu đã để ông chờ lâu rồi ạ. Thực đơn của hôm nay gồm có cá nướng và canh bí ngô hầm. Ông có thích không ạ?
Ông Matsumoto: Có, ông thích lắm.

J: Trước hết, ông uống trà (súp Miso/ canh) giúp cháu được không ạ? Ông có tự mình ăn được không ạ?
M: Có.
J: Vậy cháu mời ông ăn thong thả nhé.

J: Ông thấy món ăn hôm nay thế nào ạ?
M: Ừ, ngon cháu ạ.
J: Cháu dầm nhỏ bí ngô ra hơn ông nhé.
M: Ừ, ông nhờ cháu nhé.
J: Cháu biết rồi ạ. (Dầm nhỏ bí ngô) Xong rồi ạ, cháu mời ông dùng ạ.
M: Cảm ơn cháu.

介護士の行動	声かけ
⑧お茶を飲むよう促す Encourage to drink some tea Nhắc nhở người sử dụng dịch vụ uống trà 	松本：ごちそうさま。 ジョン：きれいに 召し上がりましたね。 　　　最後に お茶を 飲んで いただけますか。 Point7 松本：うん。
⑨食事終了・下膳 End the mealtime/take away the dishes Kết thúc bữa ăn, dọn dẹp bát đũa 	ジョン：口元を 拭いて いただけますか。 　　　エプロンを はずしますね。 　　　しつれいします。（エプロンをはずす） 　　　松本さん、ご気分は いかがですか。 Point8 松本：うん、だいじょうぶ。おいしかったよ。 ジョン：そうですか。では、食器を 下げますね。

3 食事の介助

Point7 食べ終わったあとに
After eating
Sau khi ăn xong

> 最後にお茶を飲んでいただけますか。

口の中に食べ物が残っていると誤嚥につながります。最後に水分をとって、口の中をきれいにしましょう。

If the food is left in the mouth, it may cause misswallowing. Tell the user to drink some water or tea in the end to clean the inside of the mouth.

Nếu trong miệng còn dư lại đồ ăn sẽ dẫn đến bị sặc. Do vậy, cuối cùng, cần uống nước để làm sạch miệng.

Point8 体調の確認
Check the physical condition
Xác nhận tình trạng sức khỏe

> ご気分はいかがですか。

食事のあとは、顔色や気分などの体調確認を行います。また、食後は胃からの食べ物の逆流などを防ぐため、しばらくの間は上体を起こしておくことを説明し、了解を得ましょう。

Check the physical condition including complexion and mood after meals. Also, tell the user to sit upright for a while to prevent reflux of the food from the stomach.

Sau khi ăn xong, cần xác nhận thể trạng, thông qua sắc mặt, tinh thần của người sử dụng dịch vụ. Ngoài ra, để phòng tránh hiện tượng trào ngược đồ ăn từ dạ dày, cần giải thích để người sử dụng dịch vụ giữ cơ thể ngồi thẳng trong một khoảng thời gian nhất định sau ăn.

Matsumoto: I'm done. Thank you for the meal.
John: You ate well. Can you please drink some tea in the end?
M: Sure.

J: Can you please wipe your mouth? I will take off the apron. Excuse me. (Take off the apron) How do you feel now, Mr. Matsumoto?
M: I feel fine. The meal was delicious.
J: I see. Well, I will take the dishes.

Ông Matsumoto: Ông ăn xong rồi.
John: Hôm nay ông đã ăn được hết các món rồi ông nhỉ. Cuối cùng, ông uống thêm chút trà giúp cháu được không ạ?
M: Ừ.

J: Ông tự lau miệng giúp cháu được không ạ? Cháu sẽ tháo tạp dề ra ông nhé. Cháu xin phép ạ. (Tháo tạp dề) Ông thấy trong người thế nào ạ?
M: Ừ, ông thấy khỏe cháu ạ. Bữa ăn hôm nay ngon lắm.
J: Vậy ạ. Bây giờ cháu sẽ dọn dẹp bát đũa ông nhé.

わたしだけのことばとフレーズ

声かけ②

3 食事の介助

服薬の 介助

● キーワード

服薬 ふくやく taking the medicine uống thuốc	あご chin cằm
ゼリー jelly thạch jelly	（口に）含む くち ふく keep (in the mouth) bao gồm, ngậm (trong miệng)
包む つつ wrap gói, bọc	食道 しょくどう esophagus thực quản
ごっくん swallowing uống ừng ực	のど元 もと throat cổ họng
飲みこむ の swallow nuốt	

●薬を飲むとき 🔊 MP3 15

佐藤　久子さん
女性　86歳
左片麻痺、車いす利用

介護士の行動	声かけ
①薬を飲むことを伝える Tell (the user) to take medicine Nhắc nhở uống thuốc 	グエン：佐藤さん、いつもの　お薬ですよ。飲みましょうね。 佐藤：ええ。 グエン：ゼリーに　包んで　ありますから、飲みやすいですよ。 佐藤：あら、そう。
②飲みこみの確認 Check swallowing Xác nhận tình trạng nuốt 	グエン：はい、では　ごっくん　しましょうね。 Point9 佐藤：（ごっくん） グエン：飲みこめましたか。 Point10 佐藤：ええ。 グエン：いいですね。

3 食事の介助

Point9 薬を飲むとき
When the user takes medicine
Khi uống thuốc

> ごっくんしましょうね。

「ごっくん」という擬音語を使うことで、相手に動作が伝わりやすくなります。あごが上がった状態では誤嚥しやすくなるため、薬と水を口に含んだら、少し下を向いて飲みこむと食道を通りやすくなります。また、飲みこむことが難しい方には、ゼリーに包んで飲みこみやすくする工夫なども大切です。

With an onomatopoeic word "gokkun", the user can understand the action more easily. After keeping the medicine and water in the mouth, the slightly downward posture makes swallowing easy and safe. The upward posture is more likely to cause misswallowing. For the user with swallowing difficulty, it is important to wrap the medicine in jelly.

Bằng việc sử dụng các từ tượng thanh như "ực, ực", có thể truyền tải động tác một cách dễ hiểu đến đối phương. Nếu ngửa cằm lên khi uống thuốc sẽ dễ bị sặc, do vậy sau khi đã ngậm thuốc và nước trong miệng, nên cúi xuống một chút khi nuốt sẽ giúp thuốc dễ dàng đi vào thực quản hơn. Ngoài ra, với những người mắc chứng khó nuốt, cần có sự chuẩn bị công phu như bọc thuốc trong thạch jelly để giúp người sử dụng dịch vụ dễ uống hơn.

Point10 飲みこみの確認
Check swallowing
Xác nhận tình trạng nuốt

> 飲みこめましたか。

のど元を見たり、声かけをしたり、口に入れて飲みこむまでしっかり確認しましょう。また、服薬後、いつもと変わった様子がないか、目配りをしましょう。

Check the user to swallow the medicine completely by looking at the throat or talking to him/her. Also, keep an eye on the user after taking the medicine to check any changes in the physical condition.

Cần quan sát cổ họng, hỏi han người sử dụng dịch vụ, và xác nhận cẩn thận từ lúc người sử dụng dịch vụ cho thuốc vào miệng đến khi nuốt. Ngoài ra, cũng cần lưu tâm xem sau khi uống thuốc, người sử dụng dịch vụ có tình trạng gì bất thường hay không.

Nguyen: Ms. Sato, this is your regular medicine. Please take it.
Sato: Okay.
N: It's packed in jelly, so you can easily swallow it.
S: Is it?

N: Yes. Can you swallow (gokkun) the medicine?
S: (swallowing [gokkun])
N: Did you take it?
S: Yes.
N: Good job.

Nguyên: Bà Satou ơi, đây là thuốc mà bà vẫn uống hàng ngày. Bây giờ mình uống thuốc bà nhé.
Bà Satou: Ừ.
N: Thuốc này được bọc trong thạch jelly nên rất dễ uống ạ.
S: Ồ, thế à cháu.

N: Vâng ạ, bây giờ bà uống ực một cái giúp cháu nhé.
S: (ực ực)
N: Bà đã uống được chưa ạ?
S: Ừ, rồi cháu ạ.
N: Vậy thì tốt rồi ạ.

わたしだけのことばとフレーズ

声かけ③

3 食事の介助

口腔ケア
こうくう

● キーワード

口腔ケア（こうくう）	oral care / chăm sóc răng miệng
歯みがき（は）	tooth brushing / việc đánh răng
入れ歯（義歯）（いば／ぎし）	denture / răng giả
（入れ歯を）入れる／つける（いば）	put in/wear (the denture) / lắp (răng giả)
（入れ歯を）はずす（いば）	take out/remove (the denture) / tháo (răng giả)
かみ合わせ（あ）	occlusion / khớp cắn của răng
摂取量（せっしゅりょう）	intake / lượng hấp thụ
医療職（いりょうしょく）	medical professional / nhân viên y tế
残りかす（のこ）	residual food particles / chất cặn bã, dư thừa của đồ ăn
細菌（さいきん）	bacteria / vi khuẩn
繁殖（はんしょく）	grow / sinh sôi, phát triển
口臭（こうしゅう）	bad breath / bệnh hôi miệng
防ぐ（ふせ）	prevent / phòng tránh
感染／感染症（かんせん／かんせんしょう）	infection / truyền nhiễm / bệnh truyền nhiễm
清潔（せいけつ）	clean / sạch sẽ
保つ（たも）	keep/maintain / duy trì, giữ
洗浄（せんじょう）	wash / sự làm sạch, sự rửa sạch
くちゅくちゅぺー	sound of rinsing the mouth / Tiếng súc miệng (òng ọc) và tiếng nhổ nước
すすぐ	rinse / súc, rửa sạch
さっぱりする	refresh / cảm thấy sảng khoái, thoải mái
爽快感（そうかいかん）	refreshing feeling / cảm giác sảng khoái, dễ chịu
手洗い（てあら）	hand wash / rửa tay
うがい	gargle / súc miệng
流水（りゅうすい）	running water / dòng nước

115

●歯みがきをするとき 🔊 MP3 16

山本　節子さん
女性　80歳
左足けが、杖を使って
歩行訓練中、認知症

介護士の行動	声かけ
①歯みがきを促す Encourage tooth brushing Thúc giục việc đánh răng	グエン：山本さん、歯みがきを　しましょうか。 山本：ええ。
②夕食の感想を聞く Ask about the dinner Hỏi cảm tưởng về bữa ăn tối	グエン：今日の　夕食は　いかがでしたか。 山本：かぼちゃが　おいしかったわ。 グエン：そうですか。よかったですね。
③入れ歯の調子の確認 Check the condition of the denture Xác nhận tình trạng răng giả	グエン：入れ歯の　調子は　いかがですか。 Point11 山本：だいじょうぶよ。 グエン：そうですか。 　　　　入れ歯を　はずして、洗いましょうね。 Point12 山本：ええ。

Point11　義歯の確認
Check the denture
Xác nhận tình trạng răng giả

> 入れ歯の調子はいかがですか。

歯のかみ合わせの確認のために、入れ歯の調子を聞くことは大切です。痛みなどの訴えがある場合や食事の摂取量が低下している場合には、医療職（歯科関係者）に報告しましょう。

It is important to ask the condition of the denture to check the dental occlusion. If the user complains about pain or shows reduced food intake, report to the medical (dental) professionals.

Để xác nhận về khớp cắn của răng, cần phải hỏi về tình trạng của răng giả. Trường hợp người sử dụng dịch vụ cảm thấy đau, hay lượng hấp thụ thức ăn bị suy giảm, hãy thông báo cho nhân viên y tế (người có nghiệp vụ liên quan đến nha khoa).

Point12　義歯の洗浄
Clean the denture
Vệ sinh răng giả

> 入れ歯をはずして、洗いましょうね。

義歯は食べ物の残りかすが付着しやすく、細菌が繁殖し口臭や感染の原因となるため、清潔を保つことが大切です。食後は、必ずはずして洗浄しましょう。

It is important to keep the denture clean because residual food particles on the denture help bacteria grow and cause bad breath or infection. Always remove and clean the denture after meals.

Do răng giả là nơi dễ bị các chất dư thừa của đồ ăn bám lại, khiến vi khuẩn sinh sôi, là nguyên nhân dẫn đến bệnh hôi miệng và bệnh truyền nhiễm, nên cần đảm bảo vệ sinh sạch sẽ. Sau khi ăn, nhất định phải lấy răng giả ra để làm sạch.

Nguyen: Ms. Yamamoto, can you brush your teeth?
Yamamoto: All right.

N: How was today's dinner?
Y: The pumpkin was tasty.
N: Was it? That's good.

N: How is your denture?
Y: It is okay.
N: Good. Please take off the denture and clean it.
Y: Okay.

Nguyen: Bà Yamamoto ơi, bây giờ mình sẽ đánh răng bà nhé.
Bà Yamamoto: Ừ.

N: Bữa tối hôm nay thế nào hả bà?
Y: Món bí ngô ngon lắm cháu ạ.
N: Vậy ạ. Thế thì tốt quá ạ.

N: Bà thấy răng giả có vấn đề gì không ạ?
Y: Không sao cả cháu ạ.
N: Thế ạ. Bây giờ bà tháo răng giả ra và vệ sinh răng bà nhé.
Y: Ừ.

介護士の行動	声かけ

④歯みがきを促す

Encourage tooth brushing
Thúc giục việc đánh răng

グエン：では、ご自分で　残りの　歯を　みがいて
　　　　いただけますか。 Point13

山本：はい。

⑤仕上げみがき

Finish brushing
Giúp làm sạch những phần răng mà người sử dụng dịch vụ không tự làm được

グエン：ちょっと、確認しますね。

　　　　奥歯、お手伝いしますね。

山本：ええ。

⑥舌の汚れをとる

Clean the tongue
Làm sạch lưỡi

グエン：舌の　汚れも　とりますね。

山本：はい。

⑦すすぎを促す

Encourage rinsing
Nhắc nhở súc miệng

グエン：はい、いいですね。

　　　　では、口を　よく　すすいで　ください。 Point14

山本：はい。

グエン：もう一度、くちゅくちゅぺー　して　ください。

　　　　はい、上手に　できましたね。

山本：ありがとう。

Point13 残存機能の活用
ざんぞん きのう かつよう

Utilize the residual function
Tận dụng những chức năng còn khỏe của cơ thể

> ご自分で残りの歯をみがいていただけますか。
> じぶん のこ は

口腔ケアは、できるだけご自分でやっていただくようにしましょう。できないところは、介助者が手伝います。
こうくう　　　　　　　　　　じぶん　　　　　　　　　　　　　　　　　　　　　　　　　　　　　かい
じょしゃ　てつだ

Encourage the user to do oral care by himself/herself as much as possible. The caregiver helps the part the user cannot do.

Hãy cố gắng để người sử dụng dịch vụ có thể tự mình vệ sinh răng miệng. Người hỗ trợ chỉ cần trợ giúp những nơi mà người sử dụng dịch vụ không tự làm được.

Point14 口をすすぐ効果
くち　　　　こうか

Effect of rinsing the mouth
Hiệu quả của việc súc miệng

> 口をよくすすいでください。
> くち

口をすすぐことで、食べ物の残りかすを取り除くことができます。口臭を防ぎ、さっぱりした感じ（爽快感）が得られます。
くち　　　　　　　　　た もの のこ　　　　と のぞ　　　　　　　　　　　　こうしゅう ふせ
かん　そうかいかん　え

Rinsing the mouth removes the residual food particles. It also prevents bad breath and gives a refreshing feeling.

Bằng việc súc miệng, có thể giúp lấy đi chất cặn bã của đồ ăn. Đồng thời cũng giúp phòng tránh bệnh hôi miệng và giúp người sử dụng dịch vụ có được cảm giác sảng khoái.

Nguyen: Can you please brush the remaining teeth by yourself?
Yamamoto: Sure.

N: Let me check. I will brush the back teeth.
Y: Okay.

N: I will clean the tongue, too.
Y: Thank you.

N: Okay, good. Please rinse your mouth well.
Y: All right.
N: Please rinse your mouth one more time. Good job.
Y: Thank you.

Nguyên: Bây giờ bà có thể tự mình đánh phần răng còn lại giúp cháu được không ạ?
Y: Ừ.

N: Cháu kiểm tra một chút bà nhé. Cháu giúp bà đánh răng hàm nhé.
Y: Ừ.

N: Cháu sẽ làm sạch cả lưỡi nữa bà nhé.
Y: Ừ.

N: Xong rồi ạ. Bây giờ bà súc miệng kỹ giúp cháu nhé.
Y: Ừ.
N: Bà súc miệng và nhả nước ra một lần nữa nhé. (Mô tả tiếng súc miệng òng ọc và tiếng nhả nước). Được rồi ạ, bà làm tốt lắm ạ.
Y: Cảm ơn cháu.

● 散歩から戻った後　🔊 MP3 17

介護士の行動	声かけ

① 手洗い、うがいを促す

Encourage hand wash and gargle
Thúc giục việc rửa tay, súc miệng

グエン：山本さん、お疲れ様でした。
　　　　手洗い、うがいを　しましょうか。 Point15

山本：そうね。

② 手洗い、うがいの見守り

Watch hand wash and gargle
Theo dõi việc rửa tay, súc miệng

グエン：まずは　手を　洗いましょうね。

山本：はい。

グエン：タオルで　手を　拭きましょう。
　　　　次に　うがいを　しましょうね。

山本：(うがいを　する)

グエン：はい、いいですね。 Point16
　　　　タオルで　口元を　拭いて　くださいね。

山本：ええ。

2 移乗・移動の介助

Point15 手洗い・うがいの効果
Effect of hand wash and gargle
Hiệu quả của việc rửa tay, súc miệng

> 手洗い、うがいをしましょうか。

石けんと流水による手洗いは、様々な感染症を防ぐために、非常に大切です。また、うがいをすることでのどや口腔を洗浄し、口腔内の細菌数を減らすことによって、感染症を防ぐことができます。外から帰ったときは必ず、手洗い・うがいをするように声をかけましょう。

Hand washing with soap and running water is very important to prevent various infections. Gargling also prevents infections by cleaning the throat and oral cavity and reducing the number of bacteria. Remind the user to wash the hands and gargle every time he/she returns from the outside.

Việc rửa tay bằng xà phòng và dưới vòi nước rất quan trọng để phòng tránh các bệnh truyền nhiễm. Ngoài ra, bằng việc súc miệng, sẽ giúp làm sạch cổ họng và khoang miệng, giúp giảm bớt lượng vi khuẩn trong khoang miệng, do đó có thể phòng tránh các bệnh lây nhiễm. Sau khi đi ra ngoài về, nhất định hãy nhắc nhở người sử dụng dịch vụ rửa tay và súc miệng.

Point16 ほめる言葉
Words of praise
Lời khen ngợi

> はい、いいですね。

会話の中で、「いいですね」「よかったですね」などと声をかけることによって、利用者さん自身が小さな成功体験を実感し、生きる意欲を増すことにつながります。また、利用者さんと介助者の信頼関係を築く意味でも、コミュニケーションに上手にとり入れていくことが大切です。

Phrases like "Good job" or "That was good" in a conversation makes the user realize a small successful experience and increases his/her motivation to live. They also promote to build trusting relationship between the user and the caregiver. It is important to properly incorporate the words of praise into the communication.

Khi giao tiếp, nhờ vào việc sử dụng các câu nói như "いいですね" (Như vậy tốt lắm ạ), "よかったですね" (Như thế thì đã thật tốt nhỉ), sẽ giúp bản thân người sử dụng dịch vụ cảm nhận được những thành công dù là nhỏ bé mà mình vừa làm được, tạo ra động lực sống nhiều hơn cho người sử dụng dịch vụ. Hơn nữa, việc sử dụng thành thạo những câu nói này trong giao tiếp cũng rất quan trọng cả về mặt xây dựng mối quan hệ tin cậy giữa người sử dụng dịch vụ và người làm công việc hỗ trợ.

Nguyen: Mr. Yamamoto, thanks for your hard work. Please wash hands and gargle.
Yamamoto: Okay.

N: Can you wash your hands first?
Y: Yes.
N: Please wipe your hands with a towel. Can you please gargle next?
Y: (gargling)
N: Good job. Please wipe your mouth with a towel.
Y: Okay.

Nguyen: Bà Yamamoto ơi, bà đã vất vả rồi ạ. Bây giờ bà cháu mình cùng rửa tay và súc miệng nhé.
Bà Yamamoto: Ừ, đúng rồi cháu nhỉ.

N: Đầu tiên mình sẽ rửa tay trước nhé bà.
Y: Ừ.
N: Bây giờ bà lau tay bằng khăn nhé. Tiếp theo mình sẽ súc miệng nhé bà.
Y: (Tiếng súc miệng)
N: Bà làm tốt lắm ạ. Bây giờ bà dùng khăn lau miệng giúp cháu nhé.
Y: Ừ.

タスク

●今（いま）まで練習（れんしゅう）した声（こえ）かけの会話（かいわ）を、次（つぎ）のパターンでもう一度（いちど）練習（れんしゅう）してみましょう。

Let's practice the dialogues again with the following pattern.
Bây giờ, chúng ta hãy thử luyện tập lại một lần nữa những đoạn hội thoại đã học cho đến bây giờ, theo những mẫu dưới đây.

1 利用者（りようしゃ）さんの行動（こうどう）に対（たい）して、ほめる言葉（ことば）や、お礼（れい）（感謝（かんしゃ））の言葉（ことば）を加（くわ）えて、会話（かいわ）をしてみましょう。

Add some words of praise and thanks (gratitude) for the user's actions.
Hãy thử luyện tập hội thoại, có thêm vào những câu khen ngợi, cảm ơn đối với hành động của người sử dụng dịch vụ.

2「～てくださいね」「～ね」など、少（すこ）しカジュアルな言葉（ことば）に変（か）えて、会話（かいわ）をしてみましょう。

Make the dialogues more casual by using " ～ tekudasai ne" or " ～ ne".
Hãy thử luyện tập hội thoại, có sử dụng một số các từ ngữ mang tính chất thân mật, gần gũi như " ～てくださいね " (ông (bà) hãy ~ nhé), " ～ね "(~ nhỉ)".

到達度チェック
Achievement check
Kiểm tra mức độ hiểu bài

●声かけの練習が終わった後に、次の目標に到達できたか確認をしましょう。

Let's check if you have achieved the following goals after completing the dialogue practice.
Sau khi hoàn thành phần luyện tập những câu nói thường dùng khi hỏi han, giải thích, trò chuyện, bạn đọc cần xác nhận xem mình đã đạt được những mục tiêu sau đây hay chưa.

声かけ1

☐ 食事介助の際、献立について、利用者に簡単な言葉で声かけができる。
During mealtime assistance, you can talk to the user in simple words about the menu.
Khi hỗ trợ ăn uống, có thể sử dụng từ ngữ đơn giản để giải thích cho người sử dụng dịch vụ về thực đơn.

☐ 食事介助の際、最初と最後に水分をとってもらうように、利用者に簡単な言葉で声かけができる。
During mealtime assistance, you can ask the user in simple words to drink some water or tea before and after eating.
Trong quá trình hỗ trợ bữa ăn, có thể sử dụng các từ đơn giản để nhắc nhở người sử dụng uống đủ nước trước và sau bữa ăn.

☐ 食後に、利用者の体調を確認する声かけができる。
You can check the user's physical condition after meals.
Sau khi ăn, có thể hỏi thăm, xác nhận thể trạng của người sử dụng dịch vụ.

声かけ2

☐ 服薬介助の際、方法や手順について、利用者に簡単な言葉で声かけができる。
When you assist medicine intake, you can talk to the user in simple words about the method and the procedure.
Khi hỗ trợ uống thuốc, có thể sử dụng các từ đơn giản để giải thích cho người sử dụng dịch vụ về phương pháp và trình tự uống thuốc.

声かけ3

☐ 口腔ケアの際、方法や手順について、利用者に簡単な言葉で声かけができる。
When you assist oral care, you can talk to the user in simple words about the method and the procedure.
Khi chăm sóc, vệ sinh răng miệng, có thể sử dụng các từ đơn giản để giải thích cho người sử dụng dịch vụ về phương pháp và các bước cần thực hiện.

☐ 手洗い、うがいの際、方法や手順について、利用者に簡単な言葉で声かけができる。
When you assist hand wash and gargle, you can talk to the user in simple words about the method and the procedure.
Khi rửa tay, súc miệng, có thể sử dụng các từ đơn giản để giải thích cho người sử dụng dịch vụ về phương pháp và các bước cần thực hiện.

わたしだけのことばとフレーズ

巻末資料
かんまつしりょう

Appendix
Tài liệu tham khảo cuối sách

ボディメカニクス

Body Mechanics
Các tư thế bảo vệ cơ thể

ボディメカニクスを活用することによって、最小の力で最大の効果を上げる効率のよい体の使い方ができます。利用者さんと介助者の負担の軽減と安全に役立ちます。

By utilizing body mechanics, you can use the body efficiently to maximize the effect with minimum force. The use of body mechanics helps to reduce burden and enhance safety of the user and the caregiver.

Nhờ vào việc tận dụng các tư thế bảo vệ cơ thể, người làm công việc chăm sóc có thể nắm bắt cách sử dụng tốt cơ thể để đạt được hiệu quả công việc cao nhất mà chỉ cần sử dụng sức lực ít nhất. Điều này cũng giúp ích trong việc đảm bảo an toàn và giảm nhẹ gánh nặng cho người sử dụng dịch vụ cũng như người làm công việc chăm sóc.

1．対象に近づく

介助者が、対象である利用者さんに近づくことで、力を入れやすくなります。

Stand close to the object
If the caregiver stands close to the object (the user), force is more easily applied.

Tiếp cận đối tượng
Nếu người hỗ trợ đứng gần người sử dụng dịch vụ, là đối tượng cần chăm sóc, hỗ trợ, sẽ giúp thực hiện thao tác dễ dàng hơn.

2．支持基底面積を広くする

支持基底面積とは、物体を支える面積のことです。介助者は、足を前後左右に開いて介助しましょう。支持基底面積が広くなって、動作が安定します。

Increase the base of support
The base of support refers to the area that supports an object. The caregiver should keep the feet apart from front to back or from side to side while assisting the user. The wide base of support helps to stabilize the action.

Mở rộng diện tích bề mặt đỡ trọng lượng
Diện tích bề mặt đỡ trọng lượng là diện tích bề mặt khi nâng, đỡ một vật thể. Người hỗ trợ cần mở rộng chân về hai phía trước sau và trái phải khi thực hiện công việc chăm sóc, hỗ trợ. Nếu diện tích bề mặt đỡ trọng lượng rộng, sẽ giúp động tác ổn định và an toàn hơn.

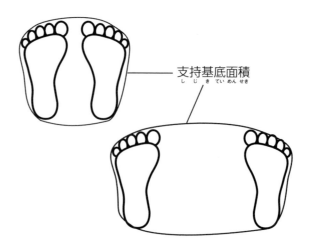

支持基底面積

３．対象を小さくまとめる

対象である利用者さんを小さくまとめると、介助しやすくなります。（腕を胸の上にのせる、膝を立ててコンパクトにするなど）

Make the object compact
Making the user's body compact makes the assistance
easier. (Putting the arms on the chest or raising the knee, etc.)

Thu nhỏ đối tượng cần nâng đỡ
Nếu làm cho người sử dụng dịch vụ, là đối tượng cần nâng đỡ, thu nhỏ được cơ thể, sẽ giúp việc hỗ trợ trở nên dễ dàng hơn. (Đặt cánh tay lên trên ngực, dựng đầu gối, sẽ khiến cho cơ thể thu nhỏ lại…)

４．膝を曲げて重心を下げ、骨盤を安定させる

介助者が膝を曲げて重心を低くすると、骨盤が安定します。腰への負担を減らすことができて、動作も安定しますから、安全に介助することができます。

Bend the knees to lower the center of gravity and stabilize the pelvis
If the caregiver lowers the center of gravity by bending the knees, the pelvis is stabilized. As the burden on the waist is reduced and the action is stabilized, the caregiver can assist the user more safely.

Khuỵu gối, hạ trọng tâm, cố định xương hông
Nếu người hỗ trợ khuỵu gối, hạ trọng tâm, sẽ khiến cho xương hông được cố định. Nhờ đó, có thể giảm áp lực lên cột sống, động tác trở nên vững vàng hơn, giúp cho việc hỗ trợ được an toàn.

５．足先を動作の方向に向ける

不自然に体をねじると、姿勢が不安定になって、腰痛の原因になります。足先を動作の方向に向けることによって、腰のねじれを防ぐことができます。

Turn the toes towards the direction of motion
Unnatural twist of the body makes the posture unstable and may cause back pain. Turning the toes towards the direction of motion prevents twisting of the waist.

5. Xoay mũi chân về phía sẽ thực hiện động tác
Nếu cố vặn người một cách thiếu tự nhiên, sẽ khiến tư thế cơ thể trở nên không vững vàng, dẫn đến đau cột sống. Bằng việc xoay mũi chân về phía sẽ thực hiện thao tác, sẽ giúp phòng tránh hiện tượng vặn xoắn cột sống.

６．大きな筋群を使う（全身を使う）

大きな筋肉を使う（腕だけでなく、全身を使うようにする）と、より安定して、介助が楽になります。

Use the large muscle groups (Use the whole body)
Using the large muscles (using not only the arms but also the whole body) makes the assistance more stable and easier.

Sử dụng các nhóm cơ chính (Sử dụng toàn bộ cơ thể)
Nếu sử dụng các nhóm cơ chính (không chỉ dùng sức của cánh tay mà sử dụng toàn bộ cơ thể), sẽ giúp cơ thể vững vàng hơn, khiến cho việc hỗ trợ trở nên nhẹ nhàng, ít tốn sức hơn.

７．水平に移動する

対象である利用者さんを持ちあげないで、水平に移動するほうが、重力の影響を受けません。
介助者の体の負担が軽くなります。

Move horizontally
Moving the user horizontally is less affected by gravity than lifting the user. It reduces burden on the caregiver's body.

Di chuyển theo chiều ngang
So với việc nâng, nhấc người sử dụng dịch vụ là đối tượng đang cần hỗ trợ, thì việc di chuyển theo chiều ngang sẽ giúp người hỗ trợ không phải chịu áp lực bởi sức nặng của đối phương.
Nhờ đó, áp lực lên cơ thể người hỗ trợ cũng sẽ được giảm nhẹ đi.

８．てこの原理を応用する

体の関節（肘・膝・手関節など）は、てこの支点となります。てこの原理を応用すると、利用者さん、介助者ともに少しの力で動作を行うことができます。

Apply the principle of leverage
A joint of the body (elbow, knee, wrist etc.) is a fulcrum. By applying the principle of leverage, both the user and the caregiver are able to move with little force.

Ứng dụng nguyên lý đòn bẩy
Các khớp của cơ thể (khuỷu tay, đầu gối, khớp cổ tay...) được coi như điểm tựa của đòn bẩy. Nếu ứng dụng tốt nguyên lý đòn bẩy, cả người sử dụng dịch vụ và người hỗ trợ đều có thể thực hiện các động tác mà không cần bỏ nhiều sức lực.

ボディメカニクスを活用して、腰や背中を痛めないようにしましょう。
Utilize body mechanics to prevent low back pain and back pain.
Hãy cùng tận dụng các tư thế bảo vệ cơ thể, để tránh các hiện tượng đau lưng và cột sống.

クロックポジション

Clock Position
Phương pháp xác định vị trí theo kim giờ đồng hồ

目（視力）に障害がある方の食事介助を行う場合は、時計の文字盤のように配膳する「クロックポジション」と呼ばれる方法があります。

例えば、「12時の方向に焼き魚があります。ご飯は7時の方向です。」というように、時計の文字位置で方向・場所を説明するといいでしょう。

その場合、配膳は毎日同じ位置に行い、はじめに利用者さんに手を添えて、食器の位置を確認してもらうことが大切です。その際は、やけどに注意しましょう。

When providing mealtime assistance for the user with eye disorders (poor eyesight), there is a method called "clock position", in which the dishes are arranged like a 12-hour clock.
The direction/location of the dish can be explained by the clock number positions. For example, "Grilled fish is on the 12 o'clock position and rice is on the 7 o'clock position."
In that case, it is important to serve the dishes at the same position everyday and check the position of the dishes with the user's hand first. When checking the dish position, be careful not to burn the user's hand.

Khi hỗ trợ ăn uống cho người khiếm thị (người gặp trở ngại về thị lực), có thể sử dụng phương pháp bày đồ ăn theo vị trí giống như mặt đồng hồ. Phương pháp này gọi là "phương pháp xác định vị trí theo kim giờ đồng hồ".
Ví dụ, chúng ta có thể giải thích về phương hướng, vị trí theo vị trí chữ số trên mặt đồng hồ, như "ở hướng 12 giờ, có món cá nướng. Cơm ở hướng 7 giờ".
Trong trường hợp này, quan trọng là hàng ngày, đồ ăn phải được bày theo các vị trí giống nhau. Đồng thời, trước bữa ăn, cần để người sử dụng dịch vụ đưa tay chạm vào bát đĩa để cùng xác nhận vị trí. Khi đó, phải hết sức chú ý để người sử dụng dịch vụ không bị bỏng.

誤嚥について

About aspiration (misswallowing)
Về hiện tượng sặc

1．誤嚥とは

食道を通って胃の中に入らなければならないものが、誤って気管内に入ることです。

What is aspiration?
The things that must enter the stomach through the esophagus is to accidentally enter the trachea.

Sặc là gì?
Sặc là hiện tượng xảy ra khi vật đáng ra phải đi vào dạ dày qua đường thực quản nhưng lại đi nhầm sang đường khí quản.

2．誤嚥が引き起こす疾患　誤嚥性肺炎（嚥下性肺炎）

水や食べ物、唾液や胃液などが誤嚥によって肺に入ってしまい、細菌が繁殖して炎症を起こすことで起こるのが誤嚥性肺炎です。高齢者や神経疾患などで寝たきりの利用者さんでは、口腔内の清潔が十分に保たれていないこともあり、口腔内の細菌が気管から肺へと吸引され、肺炎を発症する原因となります。
誤嚥性肺炎の予防には、日頃の口腔ケアや誤嚥予防の口腔リハビリテーションが大切です。

Disease caused by aspiration　aspiration pneumonia
Aspiration pneumonia is caused by inflammation due to bacteria growth after water, food, saliva, or gastric juice enters the lungs by aspiration.
In elderly users or bedridden users with neurological disorders, oral hygiene may not be sufficiently maintained. Pneumonia can be caused by the bacteria in the oral cavity that enters the lungs from the trachea.
Daily oral care and oral rehabilitation are important to prevent aspiration pneumonia.

"Bệnh gây ra do sặc đồ ăn.
Bệnh viêm phổi do sặc (Bệnh viêm phổi do nuốt nhầm) "
Do bị sặc mà thức ăn, đồ uống, nước bọt, dịch dạ dày, … sẽ chạy vào phổi, tạo điều kiện cho vi khuẩn sinh sôi, gây ra nhiễm trùng phổi, dẫn đến bệnh viêm phổi do sặc.
Ở người cao tuổi và người sử dụng dịch vụ bị liệt do các bệnh liên quan đến dây thần kinh, việc vệ sinh răng miệng đôi khi sẽ không được duy trì đầy đủ, khiến cho vi khuẩn trong khoang miệng xâm nhập từ khí quản vào phổi. Đây chính là nguyên nhân gây ra bệnh viêm phổi.
Để phòng tránh bệnh viêm phổi do sặc, việc vệ sinh răng miệng hàng ngày và việc điều trị vật lý trị liệu cho khoang miệng để phòng tránh hiện tượng sặc rất quan trọng.

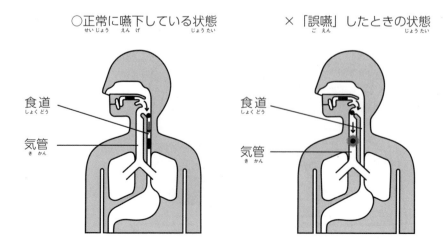

3．誤嚥した（食べ物が詰まったらしく呼吸ができない）場合の対処法

In case of aspiration (In case the person is unable to breath because of the food stuck in the throat)

Phương pháp xử lý khi bị sặc (có hiện tượng nghẹt thở do nghẹn đồ ăn)

①指で詰まったものをかき出す。

Remove the object stuck in the throat with the finger.
Dùng ngón tay để móc đồ ăn ra.

②ハイムリック法（妊婦や乳児には行えません）

Heimlich maneuver (cannot be performed on a pregnant woman or an infant)
Phương pháp đẩy bụng Heimlic (Không áp dụng cho phụ nữ có thai và trẻ còn đang bú mẹ)

利用者さんの後ろに回って、抱きかかえるようにして腹部を圧迫する。横隔膜を上に押しあげるようにする。

Stand behind the user and press down the abdomen while placing your arms around his/her waist. Push the diaphragm upward.

Đi vòng ra sau người sử dụng dịch vụ, ôm lấy người sử dụng dịch vụ từ phía sau, tạo áp lực lên vùng bụng. Sau đó, xốc vùng cơ hoành bụng lên phía trên.

③背部叩打法

Back blow method
Phương pháp vỗ, đập lưng

利用者さんを前傾にして片腕で支え、もう一方の手で肩甲骨の間を平手で強くたたく。

Bend the user forward and support him/her with one arm. Strongly hit the back between the shoulder blades with the other hand.

Để người sử dụng dịch vụ cúi người về phía trước, dùng một cánh tay đỡ người sử dụng dịch vụ, sau đó dùng phần phẳng ở lòng bàn tay còn lại vỗ mạnh vào vị trí giữa hai xương bả vai.

※上記の対処法は、必ず実務研修を受けてから実践しましょう。

Be sure to practice these methods after receiving the practical training.
Các phương pháp xử lý kể trên chỉ được áp dụng sau khi đã tham dự khóa huấn luyện nghiệp vụ.

口腔ケアの効果

Effect of oral care
Hiệu quả của việc chăm sóc răng miệng

1. 口腔ケアとは

What is oral care?
Thế nào là chăm sóc răng miệng?

口腔疾患や肺炎・感染予防を目的とし、口腔清掃を中心としたケアを通して、利用者さんの生活の質の向上を図ることです。

The purpose of oral care is to prevent oral diseases and pneumonia/infection and to improve quality of life by cleaning the oral cavity.
Chăm sóc răng miệng được thực hiện nhằm nâng cao chất lượng cuộc sống của người sử dụng dịch vụ, thông qua việc chăm sóc mà chủ yếu tập trung vào vệ sinh khoang miệng, nhằm phòng tránh bệnh răng miệng, viêm phổi, hay các bệnh lây nhiễm.

2. 口腔ケアの効果

Effect of oral care
Hiệu quả của chăm sóc răng miệng

①口腔内の爽快感が得られる

Give a refreshing feeling in the oral cavity
Mang đến cảm giác sảng khoái cho vùng răng miệng.

②食べ物の味がわかって、食欲が出る

Improve the taste of food and increase appetite
Giúp cảm nhận được vị của món ăn, tạo cảm giác thèm ăn.

③唾液の分泌が活発になって、口腔内の清潔が保てる

Promote saliva secretion to maintain the oral cavity clean
Giúp bài tiết nước bọt tốt hơn, có thể duy trì sự sạch sẽ bên trong khoang miệng.

④食事が摂れるようになると、脳が活性化して認知機能が向上する

Activate the brain and improve the cognitive function along with the increased food intake
Hấp thụ thức ăn tốt, sẽ giúp hoạt động của não được thúc đẩy, làm nâng cao chức năng nhận thức của não.

⑤口臭を予防する

Prevent bad breath
Phòng tránh bệnh hôi miệng

3. 舌のケアも大切

Tongue care is also important
Vệ sinh lưỡi cũng cần thiết

口腔細菌は粘膜のしわ、歯、舌に付着して増殖していきます。舌苔は細菌の温床になりやすく、細菌がたまると口臭や不快感の原因にもなります。歯だけでなく、舌のケアも行いましょう。ただし、歯ブラシでこするのは逆効果です。スポンジブラシや、舌ブラシなどを使うとよいでしょう。

Oral bacteria grows on the mucosal wrinkles, teeth, and tongue. Tongue coat tends to become a hotbed of bacteria and accumulation of bacteria causes bad breath and discomfort. Oral care should include tongue care as well as tooth care. However, rubbing the tongue with a toothbrush is not recommended. It would be better to use a sponge brush or a tongue brush.

Vi khuẩn trong khoang miệng sẽ sinh sôi nảy nở nhờ vào việc bám vào nếp gấp niêm mạc miệng, răng, và lưỡi. Mảng trắng trên bề mặt lưỡi dễ trở thành ổ vi khuẩn, và khi vi khuẩn bám vào bề mặt lưỡi, sẽ là nguyên nhân dẫn đến bệnh hôi miệng và cảm giác khó chịu. Do vậy, không chỉ răng, mà cả lưỡi cũng cần được vệ sinh sạch sẽ. Tuy nhiên, nếu chà, xát bằng bàn chải đánh răng, sẽ mang lại hiệu quả ngược. Chúng ta nên sử dụng bàn chải bọt biển, hoặc bàn chải chuyên dụng cho vệ sinh lưỡi.

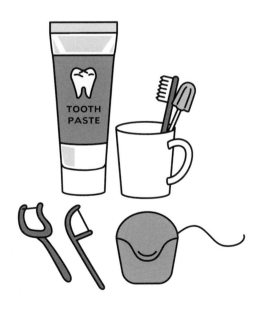

索引

あ

あーむさぽーと　アームサポート　53
あいさつ　23
あける　開ける　23
あご　111
あさく　浅く　55
あしおき　足置き　53
あしさき　足先　57
あみど　網戸　21
あんしんする　安心する　41
あんぜん　安全　71
あんぜんてんけん　安全点検　81
あんてい　安定　57

い

いく　行く　100
いじょう　移乗　63
いどう　移動　71
いどうようりふと　移動用リフト　53
いやがる　嫌がる　81
いりょうしょく　医療職　115
いれば　入れ歯　115
いれる　入れる　115

う

うえのは　上の歯　97
うがい　115
うごかす　動かす　54
うしろむき　後ろ向き　71
うつる　移る　54

え

えぷろん　エプロン　97
えれべーたー　エレベーター　19
えんげしょうがい　嚥下障害　101
えんりょなく　遠慮なく　27

お

おーばーてーぶる　オーバーテーブル　21
おきあがる　起きあがる　54
おきる　起きる　23
おく　置く　55
おくば　奥歯　97
おこす　起こす　23
おじぎ　お辞儀　63
おしぼり　97
おてあらい　お手洗い　19, 27
おてふき　お手拭き　97
おぼん　お盆　97
おれい　お礼　33
おわん　99
おんど　温度　27

か

がーぐるべーすん　ガーグルベースン　97
かーてん　カーテン　21
かいじょばー　介助バー　21
かいじょようぶれーき　介助用ブレーキ　53
かいだん　階段　19
かおいろ　顔色　101
かかと　63
かけぶとん　掛け布団　21
かさねる　重ねる　33
かじゅある　カジュアル　41
かたあし　片足　57
かたづけ　片づけ　33
かたて　片手　57
かつようする　活用する　57
かべ　壁　21
かみあわせ　かみ合わせ　115

索引

かれんだー　カレンダー　21
かんかく　間隔　101
かんしゃ　感謝　33
かんせん　感染　115
かんせんしょう　感染症　115
かんそう　感想　33
かんそうき　乾燥機　19
かんそく　患側　57

き

きがえ　着替え　41
ききかえす　聞きかえす　41
ぎし　義歯　115
きしょう　起床　23
きずつける　傷つける　41
きづかい　気づかい　33
きぶん　気分　41
ぎゃくりゅう　逆流　101
きゃすたー　キャスター　21，53
ぎょうがい　仰臥位　57
きょしつ　居室　19

く

くずいれ　くず入れ　21
くちゅくちゅぺー　115
くどうりん　駆動輪　53
くるまいす　車いす　53

け

げぜん　下膳　101
げんかん　玄関　19
けんさしつ　検査室　81
けんそく　健側　57

こ

こういしつ　更衣室　19
こうくうけあ　口腔ケア　115
こうくうすぽんじぶらし　口腔スポンジブラシ　97
こうしゅう　口臭　115
こうどう　行動　33
こうほう　後方　81
こうりん　後輪　53
ごえん　誤嚥　101
こきゅう　呼吸　63
こざら　小皿　99
ごっくん　111
こっぷ　コップ　99
こばち　小鉢　99
ごみばこ　ゴミ箱　21
こんだて　献立　101

さ

ざい　座位　57
さいきん　細菌　115
さいどけいん　サイドケイン　53
さいどれーる　サイドレール　21
さかみち　坂道　71
さげぜん　下膳　101
さげる　下げる　33，100
ささえる　支える　55
さそう　誘う　23
さっぱりする　115
ざめん　座面　53
さら　皿　99
ざんぞんきのう　残存機能　57
さんぽ　散歩　23

し

しーと　シート　53

135

しかんぶらし　歯間ブラシ　97
じこ　事故　81
じこしょうかい　自己紹介　41
しじ　指示　33
じじょぐ　自助具　99
しせい　姿勢　101
した　舌　97
したのは　下の歯　97
しつおん　室温　27
じどうどあ　自動ドア　19
じむしょ　事務所　19
しゅうしん　就寝　27
じゅうしん　重心　63
しゅさい　主菜　97
しゅしょく　主食　97
じゅんばん　順番　81
じゅんびする　準備する　41
じょうし　上肢　101
しょうじょう　症状　81
じょうず　上手　33
じょうたい　上体　101
しょうとう　消灯　27
しょうとうだい　床頭台　21
しょうめい　照明　21
しょくさつ　食札　97
しょくじ　食事　23
しょくたく　食卓　101
しょくどう　食堂　19
しょくどう　食道　111
しょっき　食器　33
しるばーかー　シルバーカー　53
しるもの　汁物　97

す

すいっち　スイッチ　21
すいどう　水道　19
すいのみ　吸い飲み　99
すいぶん　水分　101
すいんぐばー　スイングバー　21
ずきずきする　ズキズキする　41
すすぐ　115
すすむ　進む　55
すとっぱー　ストッパー　21
すぴーど　スピード　71
すぷーん　スプーン　99
すむ　済む　55, 100
すらいでぃんぐぼーど　スライディングボード　53
ずらす　54
ずりおちる　ずり落ちる　71
すろーぷ　スロープ　19
すわる　座る　55

せ

せいけつ　清潔　115
せっしゅりょう　摂取量　115
せなか　背中　41
せもたれ　背もたれ　53
ぜりー　ゼリー　111
ぜんけい　前傾　101
せんじょう　洗浄　115
せんたくき　洗濯機　19
せんぱい　先輩　41
ぜんぽう　前方　81
せんめんだい　洗面台　19
ぜんりん　前輪　53

そ

そういれば　総入れ歯　97
そうかいかん　爽快感　115
そうぎし　総義歯　97

ぞくぞくする　ゾクゾクする　41
そくど　速度　71
そば　41

た

たいいへんかん　体位変換　57
たいおんけい　体温計　41
たいちょう　体調　33
たいや　タイヤ　53
たちあがる　立ちあがる　33
たちくらみ　立ちくらみ　83
だっすいしょうじょう　脱水症状　27
たてんづえ　多点杖　53
たのむよ　「頼むよ」　57
たべる　食べる　100
たもつ　保つ　115
だるい　41
だんさ　段差　71
たんざい　端座位　57
たんす　21

ち

ちゃくち　着地　63
ちゃわん　茶わん　99
ちゅうしゃじょう　駐車場　19

つ

つうろ　通路　71
つえ　杖　53
つえほこう　杖歩行　81
つかまる　54
つく　54
つける　100, 115
つつむ　包む　111
つまさき　つま先　57

て

てあらい　手洗い　115
てぃーじづえ　T字杖　53
てぃっしゅぺーぱー　ティッシュペーパー　21
てぃっぴんぐればー　ティッピングレバー　53
てーぶる　テーブル　101
てきせつ　適切　101
てすり　手すり　19
てれび　テレビ　21
てんき　天気　23
でんき　電気　21
てんらく　転落　57

と

といれ　トイレ　19
とまどう　戸惑う　81
とりくむ　取り組む　71
とれー　トレー　97
とろみこ　とろみ粉　97
とろみざい　とろみ剤　97

な

なーすこーる　ナースコール　27
なふだ　名札　97

に

にあう　似合う　33
にぎる　握る　54
にわ　庭　19

ね

ねつ　熱　41
ねむれる　眠れる　23

の

のこりかす　残りかす　115
のせる　54
のどもと　のど元　111
のぼりおり　上り下り　81
のみこむ　飲みこむ　111
のむ　飲む　100

は

はいせつ　排せつ　27
はいぜん　配膳　101
はいぜんしゃ　配膳車　97
はかる　測る　41
はく　履く　55
はし　99
はしら　柱　19
はずす　54, 100, 115
ばっくさぽーと　バックサポート　53
はなれる　離れる　41
はぶらし　歯ブラシ　97
はみがき　歯みがき　115
はみがきこ　歯みがき粉　97
はやさ　速さ　71
ばらんす　バランス　63
はんしょく　繁殖　115
はんどぐりっぷ　ハンドグリップ　53
はんどりむ　ハンドリム　53

ひ

ひきだし　引き出し　21
ひきど　引き戸　21
ひく　33, 55
ひじかけ　ひじ掛け　53
ひだりかたまひ　左片麻痺　57
ひろうど　疲労度　81

ふ

ふあん　不安　41
ふぉーく　フォーク　99
ふかい　不快　27
ふかく　深く　55
ふきん　布巾　97
ふく　拭く　100
ふくさい　副菜　97
ふくむ　含む　111
ふくやく　服薬　111
ふせぐ　防ぐ　115
ふたん　負担　33
ふっとさぽーと　フットサポート　53
ふとん　布団　27
ぶぶんいれば　部分入れ歯　97
ぷらいど　プライド　41
ぶれーき　ブレーキ　53
ふろば　風呂場　19
ふんばる　踏ん張る　63

へ

へいちほこう　平地歩行　81
へそ　57
べっど　ベッド　21
べっどさく　ベッド柵　21
べんじょ　便所　19

ほ

ほこうき　歩行器　53
ほこうきがたづえ　歩行器型杖　53
ほせい　補正　63
ほめる　33

ま

まえかがみ　前かがみ　63

まえば　前歯　97
まくら　枕　21
またぐ　81
まっとれす　マットレス　21
まつばづえ　松葉杖　53
まわす　55
まんなか　真ん中　41

み

みぎうで　右腕　33
みのまわりのもの　身の回りのもの　33

む

むかえにくる　迎えに来る　55
むける　向ける　54
むりする　無理する　33

め

めざめる　目覚める　23
めしあがる　召し上がる　100
めまいがする　55

ゆ

ゆか　床　57
ゆのみ　湯のみ　99

よ

ようぼう　要望　41
よくしつ　浴室　19
よりかかる　寄りかかる　54
よんてんづえ　四点杖　53

り

りはびり　リハビリ　33
りはびりるーむ　リハビリルーム　71

りもこん　リモコン　21
りゅうすい　流水　115
りょうあし　両足　57
りょうて　両手　57

ろ

ろうか　廊下　19
ろふすとらんどづえ　ロフストランド杖　53

わ

わりばし　割りばし　99

編著者　アークアカデミー
1986年創立。日本語学校、日本語教師養成科の卒業生は1万人を超える。東京に2校、京都校、大阪校、ベトナムハノイ校がある。EPA事業は2010年から携わり、フィリピン、ベトナム人看護師・介護福祉士候補者の育成を行う。日本語を通して社会貢献できる人材の育成を目指している。

監修者　松下 やえ子
城西国際大学　福祉総合学部　福祉総合学科　客員教授。
介護福祉士・社会福祉士・精神保健福祉士・介護支援専門員の資格を持つ。
2013年よりEPAベトナム人介護福祉士候補者日本語研修事業に介護専門講師として携わる。

🔊 音声ダウンロードについて

本文で 🔊 が表示されているところは音声（MP3）があります。
音声データは、
https://www.sanshusha.co.jp/np/onsei/isbn/9784384059250/
からダウンロードおよびストリーミング再生ができます（無料）。

Audio files (MP3) are available where the following icon is shown: 🔊. Files can be downloaded or streamed from https://www.sanshusha.co.jp/np/onsei/isbn/9784384059250/. (Free)

Những phần có ký hiệu 🔊 là những phần có kèm file nghe MP3. Bạn đọc có thể tải xuống hoặc nghe trực tuyến tại trang web
https://www.sanshusha.co.jp/np/onsei/isbn/9784384059250/. (Miễn phí)

外国人介護士のための
声かけとコミュニケーションの日本語 Vol.1

2019年1月30日　第1刷発行
2024年6月30日　第4刷発行

編 著 者　　アークアカデミー
　　　　　　遠藤 由美子　細田 敬子　本間 麻美　西村 友里　Trần Mai Hương
監 修 者　　松下 やえ子

発 行 者　　前田 俊秀
発 行 所　　株式会社三修社
　　　　　　〒150-0001　東京都渋谷区神宮前 2-2-22
　　　　　　TEL　03-3405-4511　　FAX　03-3405-4522
　　　　　　振替　00190-9-72758
　　　　　　https://www.sanshusha.co.jp
　　　　　　編集担当　田中 由紀
編集協力　　浅野 未華
デザイン　　松 江利子
イラスト　　ヨコヤマサオリ
Ｄ Ｔ Ｐ　　小林 菜穂美
印刷・製本　倉敷印刷株式会社

©2019 Arc Academy　Printed in Japan　ISBN978-4-384-05925-0 C3081

|JCOPY|〈出版者著作権管理機構 委託出版物〉

本書の無断複製は著作権法上での例外を除き禁じられています。複製される場合は、
そのつど事前に、出版者著作権管理機構（電話 03-5244-5088　FAX 03-5244-5089
e-mail: info@jcopy.or.jp）の許諾を得てください。